# காளான் வளர்ப்பு



ந. ரேவதி
அ. விஜயசாமுண்டீஸ்வரி
வீ.மு. இந்துமதி
வே. கோமதி

SHANLAX
#SINCE1990
SHANLAX PUBLICATIONS

## நூல் விபரப் பட்டியல்

நூலின் பெயர் : **காளான் வளர்ப்பு**

ஆசிரியர் : ந. ரேவதி,
அ. விஜயசாமுண்டீஸ்வரி,
வீ.மு. இந்துமதி
வே. கோமதி

ISBN : 978-93-90082-72-8

பதிப்புரிமை : ஆசிரியருக்கே

மொழி : தமிழ்

பதிப்பு : முதல் பதிப்பு, அக்டோபர், 2020

விலை :

நூல் அளவு : Demmy

பக்கங்கள் : 107

பதிப்பகம் : சான்லாக்ஸ் பதிப்பகம்
61,T.P.K மெயின் ரோடு,
வசந்த நகர், மதுரை – 3.

## முகவுரை

சத்துக்குறைவு மற்றும் சைவ உணவு பற்றிய விழிப்புணர்வு காரணமாக, இந்தியாவில் காளான் வளர்ப்பு ஒரு நல்ல வருவாய் தரும் தொழிலாக அமையும். நிலம் குறைவு மற்றும் வேளாண்மைக் கழிவுகள் அதிகம் கிடைக்குமிடங்களின் காளான் தொழில் லாபம் தரும் தொழிலாகக் கருதலாம். காளான் வளர்ப்பு சுற்றுப்புறச்சூழ்நிலைக்கு உகந்தது. இத்தொழில் வேளாண்மைச் கழிவுகளை மாற்றி, தண்ணீர் மற்றும் இடத்தேவைகளைக் குறைக்கிறது. இப்போது ஊட்டச்சத்து, மருத்துவக்குணம் மற்றும் வருவாய் ஈட்டும் தொழிலாக காளான் வளர்ப்பு மாறி உள்ளது.

இக்கருத்துகைக்களை எண்ணி "காளான் வளர்ப்பு" என்ற நூலினை மாணவர்கள் மற்றும் இத்தொழில் ஈடுபாடு கொண்டுள்ளோர்களுக்காக வடிவமைத்துள்ளோம். ஆகவே சிப்பிக்காளான் வளர்ப்போருக்கு பெரிதும் உதவுமென்று நம்புகிறோம்.

இந்நூல் பத்து பகுதிகளைக் கொண்டுள்ளது. காளான்களின் முக்கியத்துவம், காளான் வகைகள், நச்சுக்காளான்கள், காளான் வளர்ப்பின் வாவு - செலவுக் கணக்கு, காளான் பதன் செய்யும் முறை, காளான் உணவு வகைகள், காளான்களின் பயன்கள் முதலிய பகுதிகளைக் கொண்டுள்ளது. இந்நூல் மாணவர்கள் மற்றும் இத்தொழிலில் ஆர்வமுடையோர்களுக்கு பயன்படுமென்று கருதுகிறோம். மேலும் இந்நூலைப் பயன் படுத்துவோரிடமிருந்து ஆக்கப்பூர்வமான கருத்துக்கள் வரவேற்கப்படுகின்றன.

**ஆசிரியர்கள்**

# பொருளடக்கம்

# 1. முன்னுரை

இயற்கை இவ்வுலகத்தைப் பல்வேறு வளங்களின் உறைவிடமாக உருவாக்கியிருக்கின்றது. இயற்கை ஈந்த வளத்தை நாம் பல்வேறு வகைகளிலே பயன்படுத்திக் கொள்கிறோம். இவற்றில் காளான்கள் முக்கியமானவை. மழைக்காலங்களில் பல இடங்களிலும் காளான்கள் தோன்றுவதைப் பலரும் அறிவோம். உலகெங்கும் காளான் ஒரு சுவைமிக்க உணவுப் பொருளாகப் பயன்படுகின்றது.

**காளான்களின் சத்துக்கள்**

| | | |
|---|---|---|
| புரதம் | - | 2.9% |
| கொழுப்பு | - | 0.4% |
| மாவுப்பொருள்கள் | - | 5.3% |
| நார்ப்பொருள்கள் | - | 1.1% |
| ஈரப்பதம் | - | 90.3% |

உலர்ந்த காளானில் அதிக அளவில் (20-35%) உள்ள புரதச்சத்தானது நல்ல தரம் வாய்ந்ததாகும். இது காய்கறி மற்றும் பழங்களில் உள்ள புரதச் சத்தை விட அதிகமானது. மேலும் லைசின், ட்ரிப்டோபேன் போன்ற அமினோ அமிலங்களும் வைட்டமின்களான "பி" மற்றும் "சி" (தையமின், ரிபோபிளேவின் மற்றும் நியாசின்) போன்ற உயிர்ச்சத்துக்களும் அதிக அளவில் காணப்படுகின்றன. காளான்களை நமது உணவில் அதிகம் சேர்த்துக் கொள்வதால், உடல் நலம் பாதுகாக்கப்படுகிறது.

**எம்.டி.யு-1 சிப்பிக் காளான்**

**காளான் வளர்ப்பு**

இயற்கையில் உள்ள 69000 காளான் வகைகளில் சுமார் 2000 வகைகளே உண்ண உகந்தவை. நமது நாட்டில் தமிழகத்தில் தான் 25 சதம் காளான் உற்பத்தியாகிறது. நமது நாட்டின் உற்பத்தி சுமார் 1,29,782 மெட்ரிக் டன் ஆகும் (2016). நமது நாட்டில் பெரும்பாலும் (90 சதம்) மொட்டுக் காளான் தான் உற்பத்தி செய்யப்படுகிறது. காளான் வகைகள் பல்வேறாக இருப்பினும், மனிதன் அன்றாட பயன்பாட்டில் உள்ளது சிப்பிக்காளான், பால்காளான் மற்றும் மொட்டுக்காளான் வகைகளே. ஆகவேதான் இம்மூன்று காளான்களிலும் ஆராய்ச்சிகள் அதிகம் மேற்கொள்ளப்பட்டு பல்வேறு இரகங்கள் வெளியிடப்பட்டுள்ளன. சிப்பிக்காளான், பால்காளான் மற்றும் மொட்டுக் காளானிலிருந்து வெளியிடப்பட்ட இரகங்களும் அதன் சிறப்பு அம்சங்களும் கீழே கொடுக்கப்பட்டுள்ளன:

| வ.எண். | காளான் இரகங்கள் | நிறம் | இதர குணங்கள் |
|---|---|---|---|
| 1. | கோ-1 | தூய வெண்மை | சிப்பிக்காளான் |
| 2. | ஏ.பி.கே-1 | இளஞ்சிவப்பு | சிப்பிக்காளான |
| 3. | ஏ.பி.கோ-2 | வெண்மை | பால் காளான் |
| 4. | எம்.டி.யு-1 | வெண்மை | சிப்பிக்காளான் |
| 5. | ஊட்டி-1 | வெண்மை | மொட்டுக்காளான் |
| 6. | எம்.டி.யு-2 | வெண்மை | சிப்பிக்காளான் |
| 7. | கோ-2 | ஊதா | சிப்பிக்காளான் |

**சிப்பிக்காளான் படுக்கை**

1. **கோ-1:** இரகத்தின் விளைதிறன் 80 சதவிதம் முதல் 100 சதவிகிதம், பயிர் சுழற்சிக்காலம் 35 முதல் 46 நாட்களாகும்.
2. **ஏ.பி.கே-1:** 82 சதவிகிதம் விளைச்சல் தரவல்லது, 60 சதவிகிதம் நார்ச்சத்து இருப்பதால் 3-5 நாட்கள் கெடாது. உலர் காளான் தயாரிக்க ஏற்றது.
3. **ஏ.பி.கே-2:** பால்வண்ணம் கொண்ட இந்த குடைக் காளான் அதிக சதைப்பிடிப்பு கொண்டது. எளிய முறையில் வளர்க்கலாம். அதிக வெப்பத்தை தாங்க வல்லது் நீண்ட காலம் சேமிப்பு, 32 சதவிகிதம் புரதம், 41 சதவிகிதம் நார்ச்சத்து கொண்டது.

**ஏ.பி.கே-2 பால் காளான்**

4. **எம்.டி.யு-1:** வெண்மை நிறம் கொண்ட இந்த ரகம் 13-16 நாட்களில் அறுவடைக்கு தயாராகும். விளைதிறன் 115 சதவிகிதம்.
5. **எம்.டி.யு-2:** இந்த இரகம் வெண்மையான நிறத்துடன் தமிழகத்தின் அனைத்து இடங்களிலும் வளரும் தன்மையுடையது. 150 முதல் 180 சதவிகிதம் வரை விளைதிறன் கொண்டது.
6. **ஊட்டி-1:** இந்த ரகம் வெண்மையாகவும், கெட்டியாகவும் உள்ளதால் 5 நாட்கள் வரை கெடுவதில்லை. நெல் மற்றும்

கோதுமை வைக்கோலில் தயாரித்த மட்குகளில் நன்கு வளரும்.

7. **கோ - 2:** ஊதா நிறம் கொண்ட சிப்பிக்காளான்.

**ஏ.பி.கே-1 சிப்பிக்காளான்**

**காளான் வளர்ப்பும், பயன்களும்**

- பண்ணைக்கழிவுகளை மதிப்பு மிக்க உரமாக மாற்றி விடுகிறது.
- மருத்துவக் குணங்களைக் கொண்டுள்ளது. கிராம மக்கள் மற்றும் பண்ணை மகளிரின் நேரத்தை உபயோகமானதாக மாற்ற இத்தொழில் பயன்படுகிறது
- கிராம மக்களின் வருமானத்தையும், வாழ்க்கைத் தரத்தையும் மேம்படுத்த வழி வகுக்கிறது.
- காளான் வளர்க்கத் தேவைப்படும் நிலம் மற்றும் நீர்த்தேவைகள் மிகக் குறைவு.
- விவசாயிகள் தங்கள் பண்ணையில் சோளம் போன்ற தானியப்பயிர்களைப் பயன்படுத்தி காளான் வித்து தயாரிக்கலாம்.

- காளான் வளர்த்த வைக்கோலில் புரதச்சத்து மிகுந்து இருப்பதால், இதை கால்நடைகளுக்கு தீவனமாக பயன்படுத்தலாம்.

- காளான் வளர்ப்பிற்கு பிறகு கிடைக்கும் வைக்கோல் தழை, மணி மற்றும் சாம்பல் சத்து மிகுந்து இருப்பதால் இதை சிறந்த உரமாக பயன்படுத்தலாம்.

- காளான் வளர்த்த வைக்கோலை மண்புழுக்கள் விரும்பி உண்ணுவதால், அதை மண்புழு உரம் தயாரிக்க பயன்படுத்த முடியும்.

- காளான்களைப் பயன்படுத்தி ஊறுகாய், சூப் பொடி மற்றும் வடகம் போன்றவைகளைத் தயாரிக்கலாம்.

- காளான் வித்துகளைப் பயன்படுத்தி தென்னை நார்க் கழிவு உரம் தயாரிக்கலாம்.

**குறைந்த செலவு பால் காளான் வளர்ப்பு அறை**

# 2. காளான் சாகுபடியின் வரலாறு

”இலைகள் இல்லாமல், மொட்டுகள் இல்லாமல், பூக்கள் இல்லாமல், பழத்தை உருவாக்குகின்றன: அவை ஒரு உணவாக, ஒரு டானிக் மற்றும் ஒரு மருந்தாக, முழு படைப்பும் விலைமதிப்பற்றது” - எஸ்.டி. சாங்

காளான் சாகுபடியின் வரலாறு ”வேத” யுகங்களுக்குச் செல்கிறது, அதில் “ரிக் “ மற்றும் “அதர்வ “ போன்ற வேதங்களில் ∴ப்ளை அகாரிக் காளான் (*அமானிதா மஸ்காரியா*) இலிருந்து ”சோமா” என்ற சாறு ஒரு போதைப்பொருளாகப் பயன்படுத்துவது பற்றி குறிப்பிடப்பட்டுள்ளது. கி.மு 300 க்கு முற்பகுதியில் சீன இலக்கியங்களான ”லிக்கி” மற்றும் கிமு 230 ஆம் ஆண்டில் ”சிப்” என்ற புத்தகத்தில் காது காளான் அல்லது யூதரின் காளான் என அழைக்கப்படும் *ஆரிகுலேரியா* பற்றி குறிப்பிடப்பட்டுள்ளது. ஆரம்பகால கிறிஸ்தவ சகாப்தத்தில், ∴ப்ளை அகாரிக் காளான் ”கடவுளின் சூரியன்” என்று குறிப்பிடப்பட்டது. ரோமானியர்கள் காளானை ”கடவுளின் உணவுகள்” என்று கருதி காளான் உணவுகளை தயாரித்து முக்கியமான பண்டிகை காலங்களில் பரிமாறினர். மெக்சிகன் இந்தியர்கள் காளான்களை ”கடவுளின் சதை” என்று கருதினர். ”*அமானிதா மஸ்காரியாவை* உட்கொண்ட நபர் சைக்கோட்ரோபிக் விளைவை (காளான் பித்து) உருவாக்கியது போல, *போலெட்டஸ்*, *ருசுலா* மற்றும் *சைலோசைப்* உட்கொள்வதிலும் மோசமான விளைவை சந்தித்ததாக அவர்கள் தெரிவித்தனர்.

சீனர்கள் சிவப்பு காளான் (*ருசுலா ருப்ரா*) ஐ “அனைத்து நோய் நிவாரணி“ என்று கருதினர். கிரேக்கர்கள் காளானை மருந்தாகப் பயன்படுத்தினர், மேலும் போர்க்காலத்தில் காளான்கள் படையினருக்கு வலிமை அளிப்பதாக அவர்கள் நம்பினர். கி.பி 700 இல், ஒரு பிரெஞ்சு தோட்டக்கலை நிபுணர் பாரிஸில் அ. *பைஸ்போரஸை* பயிரிட்டார். டீ.டோர்னிபோர்ட், ஒரு பிரெஞ்சுக்காரர், ”காளான் சாகுபடி” குறித்த படைப்பை முதன்முதலில் வெளியிட்டார். 1754 ஆம் ஆண்டில், ஸ்வீடன் மற்றும் இங்கிலாந்தில் காளான் பசுமை வீடு சாகுபடி தொடங்கப்பட்டது. பின்னர், இது 1810 இல் பிரான்ஸ் மற்றும் ஹாலந்தில் பயிரிடப்பட்டது. 1890 ஆம் ஆண்டில் அமெரிக்காவில் காளான் பசுமை இல்ல சாகுபடி தொடங்கப்பட்டது.

அதே ஆண்டில் கான்ஸ்டான்டின் முதன்முதலில் காளான் விதையை (ஸ்பான்) உருவாக்கியது. இருப்பினும், டக்கர் 1905 ஆம் ஆண்டில் ஸ்பான் உற்பத்தி தொழில்நுட்பம் குறித்த முதல் வெளியீட்டைச் செய்தார். 1917 ஆம் ஆண்டில், *பி.ஆஸ்ட்ரேட்டஸின்* சாகுபடி ஜெர்மனியில் மரக்கட்டைகளில் நிரூபிக்கப்பட்டது. பின்னர் காளான் வீடுகள் சாகுபடிக்காக கட்டப்பட்டன. இவை காளான் விதை (ஸ்பான்) உற்பத்தி தொழில்நுட்பத்தை உலகம் முழுவதும் பரப்ப வழிவகுத்தது.

**17ஆம் நூற்றாண்டின் குகைகளில் காளான் வளர்ப்பு**

அமெரிக்க விஞ்ஞானி, சிண்டன் காளான் வளர்ச்சிக்கான செயற்கை உரம் உருவாக்கினார். அவர் 1938 ஆம் ஆண்டில் தானிய விதை (ஸ்பான்) செயல்முறைக்கு காப்புரிமை பெற்றார். 1940 ஆம் ஆண்டில், ஒரு பிரெஞ்சு புவியியலாளர் ஜிப்சம், குதிரை உரம் மற்றும் கோழி எரு ஆகியவற்றைக் கலந்து அகரிகஸுக்கு உரம் உருவாக்கினார். பின்னர், வெட் ஸ்டேட்ஸ் வேளாண்மைத் துறையின் லம்பேர்ட் நவீன காளான் தொழில்நுட்பத்திற்கு அடித்தளம் அமைத்தார். அதைத் தொடர்ந்து, சிண்டனும் மற்றவர்களும் அகரிகஸை வளர்ப்பதற்காக பல செயற்கை உரங்களை உருவாக்கினர்.

இந்தியாவில் காளான் தொடர்பான வேலைகள் 1918 ஆம் ஆண்டிலேயே தொடங்கியது, இம்பீரியல் மைக்கோலஜிகல் சொசைட்டியின் கீர்த்திகர் கல்கத்தாவிலிருந்து காளான்களை கண்டறிந்து பதிவு செய்தார். பின்னர், போஸ் கிருமி நீக்கம் செய்யப்பட்ட சாணத்தில் இரண்டு *அகாரிகஸை* வெற்றிகரமாக பயிரிட்டார். 1940 ஆம் ஆண்டில், சு மற்றும் சேத் வால்வாரியெல்லாவின் ஸ்பான் மற்றும் சாகுபடி முறைகளை விவரித்தனர். இருப்பினும், நெல் வைக்கோல் காளான் சாகுபடி நுட்பங்கள் *வால்வாரெல்லா வால்வேசியாவை* முதன்முதலில் தாமஸ் 1943 ஆம் ஆண்டில் கோயம்புத்தூர் வேளாண் கல்லூரியில் நிரூபித்தார். இது இந்தியாவின் அனைத்து பகுதிகளிலும் இந்த காளான் சாகுபடி பரவ வழிவகுக்கிறது. ஆனால் இது இன்னும் வணிக அளவில் ஏற்றுக்கொள்ளப்படவில்லை. வெப்பமண்டல காளான் என்பதால், இது வடக்கு சமவெளி மற்றும் தென்னிந்தியாவின் கடலோர மற்றும் பீடபூமிகளுக்கு மிகவும் பொருத்தமானது. எவ்வாறாயினும், இந்த காளானுக்கு இந்தியாவில் மிகக் குறைந்த ஆராய்ச்சி ஆதரவு நீட்டிக்கப்பட்டுள்ளது, ஏனெனில் அதன் மிகக் குறைந்த மகசூல் திறன் மற்றும் விரைவில் அழிந்து போகும் தன்மை காரணமாக.

**19 ஆம் நூற்றாண்டின் காளான் வளர்ப்பு முறை**

1941 ஆம் ஆண்டில், இந்தியாவில் மொட்டு காளான் வளரக்கூடிய சாத்தியக்கூறுகளை பேட்விக் சுட்டிக்காட்டினார். மொட்டு காளான் (*அகாரிகஸ் பிஸ்போரஸ்*) துறையில், சீனா மற்றும் வேறு சில ஆசிய நாடுகளைப் போலவே இந்தியாவும் தாமதமாக தொடங்கியது, அறுபதுகளின் ஆரம்பத்தில் ஒரு தொடக்கத்தை உருவாக்கியது. 1961 ஆம் ஆண்டில், புது தில்லியில் உள்ள இந்திய வேளாண் ஆராய்ச்சி கவுன்சில், இமாச்சலப் பிரதேச அரசாங்கத்துடன் இணைந்து இமாச்சல பிரதேசத்தின் சோலனில் *அகாரிகஸ் பிஸ்போரஸ்* சாகுபடியைத் தொடங்கியது. 60 மற்றும் 70 களில் ஆய்வாளர்கள் கண்டறிந்த உற்பத்தி தொழில்நுட்பம் குறைந்த தகவமைப்புடன் இருந்தது. டச்சு விஞ்ஞானிகள் முதன்முதலில் *அ.பிஸ்போரஸின்* முதல் கலப்பின காளான்களை 1981 இல் உருவாக்கினர்.

இருப்பினும், இந்தியாவில் புதிய வகை காளான்களின் அறிமுகம் மற்றும் இந்திய நிலைமைகளுக்கு அவற்றின் பொருத்தத்தை சோதிப்பது எண்பதுகளின் பிற்பகுதி வரை தொடர்ந்தது, ஏனெனில் அதிக அளவு உள் இனப்பெருக்கம் காரணமாக *அகாரிகஸின்* தற்போதைய *பிஸ்போர்* காளான் வகைகளில் போதுமான மாறுபட்ட காளான் வகைகள் இல்லை மற்றும் நடைமுறையில் *அ.பிஸ்போரஸின்* மரபு ஜெர்ம்ப்ளாசம் இந்திய மரபணு வங்கியில் கிடைக்கவில்லை. இருப்பினும், மொட்டு காளான் துறையில் கலப்பினமாக்கல், பிறழ்வு மற்றும் மரபணு கையாளுதல்

ஆகியவற்றைப் பயன்படுத்தும் இந்திய விஞ்ஞானிகள் மேற்கொண்ட முயற்சிகள் காரணமாக, கடந்த பத்து ஆண்டுகளில் உற்பத்தி மற்றும் உற்பத்தித்திறன் ஆகியவற்றில் கிட்டத்தட்ட ஒரு அதிவேக வளர்ச்சி ஏற்பட்டுள்ளது, 2017 ல் இது 1,29,782 மெட்ரிக் டன்களை (ஷர்மா, 2017) எட்டியது 1985 இல் 1000 டன்.

பொதுவாக சிப்பி காளான் இந்தியாவில் "திங்ரி" என அழைக்கப்படும் *பிளிரோடஸ்* காளானின் தோற்றம் கிரேக்க வார்த்தையான "ப்ளூரோ" என்பதிலிருந்து உருவானது, இதன் பொருள் பக்கவாட்டாக அல்லது பக்கவாட்டு நிலையில் உருவானது, குறிப்பாக ஸ்டைப்பின் பக்கவாட்டு நிலையை குறிக்கிறது (தண்டு) பைலியஸ் (தொப்பி) தொடர்பாக. *பிளிரோடஸ்* இனத்தின் இனங்கள் மாறுபட்ட வேளாண்-காலநிலை நிலைமைகளின் கீழ் அவற்றின் பரந்த தகவமைப்புக்கு நன்கு பாராட்டப்படுகின்றன.

இந்த காளானின் பல இனங்கள் பொதுவாக உலகெங்கிலும் உள்ள காடுகளில் மரங்களை மக்க வைக்கும் மர-டிகம்போசர்களாக காணப்படுகின்றன. *பிளிரோடஸ்* எப்போதுமே வணிக காளான் விவசாயிகளுக்கு மிகவும் கவர்ச்சிகரமானதாக இருக்கிறது, ஏனெனில் பெரும்பாலான இனங்கள் பயிரிட ஏற்றவை. இந்தியாவில், பானோ மற்றும் ஸ்ரீவஸ்தவா ஆகியோர் 1962 ஆம் ஆண்டில் *பி.ஆஸ்ட்ரேட்டஸின்* வெற்றிகரமான சாகுபடியை நிரூபித்தனர்.

சோலனில் காளான் (ஏ.ஐ.சி.ஆர்.பி காளான்) குறித்த அகில இந்திய ஒருங்கிணைந்த ஆராய்ச்சி திட்டங்களை நிறுவிய பின்னர், காளான் குறித்த ஆராய்ச்சி தீவிரப்படுத்தப்பட்டது. காளான் ஆராய்ச்சி திட்டங்கள் பல்வேறு மாநில வேளாண் பல்கலைக்கழகங்களில், குறிப்பாக பஞ்சாப், உத்தரபிரதேசம், கர்நாடகா மற்றும் தமிழ்நாடுகளில் இயங்கத் தொடங்கியுள்ளன. தமிழ்நாடு வேளாண் பல்கலைக்கழகத்தில், சிப்பி காளான் பற்றிய ஆராய்ச்சி 1974 இல் தொடங்கப்பட்டது இங்கு அறிமுகப்படுத்தப்பட்ட முதல் இனம் *பி.சஜோர்-கஜு* (சாம்பல் சிப்பி) இந்த இனத்தின் மேம்பட்ட திரிபு வணிக சாகுபடிக்கு கோ-2 ஆக வெளியிடப்பட்டது.

அகில இந்திய ஒருங்கிணைந்த காளான் மேம்பாட்டு திட்டத்தை செயல்படுத்திய பின்னர் தமிழ்நாடு வேளாண்மை பல்கலைக்கழகம், கோயம்புத்தூர் காளான் ஆராய்ச்சி பணிகள் தீவிரப்படுத்தப்பட்டன, மற்றொரு சிப்பி காளான், *பி.சிட்ரினோபிலேட்டஸ்*

வணிகமயமாக்கலுக்காக வெளியிடப்பட்டது மற்றும் ஊழு1 என்று பெயரிடப்பட்டது, இது பொதுவாக வெள்ளை சிப்பி என்று அழைக்கப்படுகிறது.பின்னர், எம்.டி.யு 1 என பெயரிடப்பட்ட பி.ஜாமோர், தமிழ்நாடு வேளண்மைப்பல்கலைக்கழகத்தின் மதுரை வளாகத்தில் உள்ள வேளாண் கல்லூரி மற்றும் ஆராய்ச்சி நிறுவனத்தில் இருந்து உருவாக்கப்பட்டது. தமிழ்நாடு வேளண்மைப்பல்கலைக்கழகத்தின் அருப்புக்கோட்டை பிராந்திய ஆராய்ச்சி நிலைய விஞ்ஞானிகள் எடுத்த ஆராய்ச்சி முயற்சிகள் பி.யூஸ்,பிங்க் நிற காளான்களை அறிமுகப்படுத்தப்பட்டு ஏ.பி.கே-1 என பெயரிடப்பட்டது.

நல்ல உயிர் செயல்திறனுடன் காளான் இனங்களை அடையாளம் கண்டு சோதிக்க கோயம்புத்தூரில் உள்ள தமிழ்நாடு வேளண்மைப்பல்கலைக்கழகத்தில் தொடர்ந்த முயற்சிகள் வணிகமயமாக்கலுக்கு *பி.புளோரிடா* மற்றும் *பி.பிலாட்டிபஸ்* வெளியிட வழிவகுத்தன. நீலகிரியில் உள்ள தமிழ்நாடு வேளண்மைப் பல்கலைக்கழகத்தின் விஜயநகரத்தில் உள்ள தோட்டக்கலை ஆராய்ச்சி நிலையத்தில் *பி.ஆஸ்ட்ரேட்டஸ்*, ஊட்டி 1 சிப்பி காளான் மற்றும் ஊட்டி 1 மொட்டு காளான் (ஏ.பி 1) அறிமுகப்படுத்தப்பட்டன. அதிக உயிர் திறன் கொண்ட புதிய பால் காளான் (*கலோசிப் இண்டிகா*) அருப்புகோட்டையின் பிராந்திய ஆராய்ச்சி நிலையத்திலிருந்து ஏ.பி.கே-2 ஆக வெளியிடப்பட்டது. மேலேயுள்ள காளான் இனங்களுக்கு மேலதிகமாக, வேறு சில காளான்கள், ஷிடேக் காளான் (*லென்டினஸ் எடோட்கள்*) மற்றும் யூதர்களின் காது காளான் (*ஆரிகுலேரியா ஆரிகுலா* மற்றும் *அ.பாலிட்ரிக்கா*) ஆகியவற்றில் மதிப்பீட்டு பணிகள் தொடர்கின்றன. கூடுதலாக, இந்தியாவில் வணிகமயமாக்கலுக்கான அதிக மகசூல் திறன் கொண்ட புதிய உணவு காளான் இனங்களை அடையாளம் காண வழக்கமான கணக்கெடுப்பு திட்டங்கள் நடந்து வருகின்றன.

# 3. காளான் சாகுபடியின் முக்கியத்துவம்

**1) அதிக சத்தான உணவு**

காளான் ஒரு முழுமையான மற்றும் பாதுகாப்பான உணவாக கருதப்படுகிறது மற்றும் அனைத்து வயதினருக்கும் ஏற்றது, குழந்தை முதல் வயதானவர்கள் வரை. இது புரதத்தின் நல்ல ஆதாரங்களில் ஒன்றாகும், இதில் கார்போஹைட்ரேட் மற்றும் கொழுப்பு குறைவாக உள்ளது. தினசரி உணவில் சரிவிகித புரதச்சத்து போதுமான அளவு கிடைக்காததால், இந்தியாவில் அதிகமக்கள் தொகை புரத-ஊட்டச்சத்து குறைபாட்டால் பாதிக்கப்படுகின்றனர். இந்தியாவில் புரத நுகர்வு சர்வதேச மட்டத்தை விட மிகக்குறைவாக உள்ளது, பல்வேறு வளர்ச்சித் திட்டங்கள் புரதத்தின் முக்கிய ஆதாரங்களான பருப்பு மற்றும் தானிய உற்பத்தியை அதிகரிப்பதை நோக்கமாகக் கொண்டிருந்தன. சமீபத்திய ஆண்டுகளில், புரதத்தின் ஒரு நல்ல ஆதாரமாக காளானின் முக்கியத்துவம் அதிகம் உணரப்படுகிறது மற்றும் புரத விநியோகத்தை அதிகரிப்பதற்கான வணிக முயற்சியாக சாகுபடியை பிரபலப்படுத்துவதற்கு அதிகமுக்கியத்துவம் கொடுக்கப்படுகிறது.

உலர்ந்த காளான்களில் 30 சதவீதம் புரதம் உள்ளது. கொழுப்பு மற்றும் கார்போஹைட்ரேட் குறைவாக உள்ளது. எனவே உயர் இரத்த அழுத்தம் மற்றும் நீரிழிவு நோயால் பாதிக்கப்பட்ட மக்களுக்கு இது ஒரு நல்ல உணவாகும். அதிக நார்ச்சத்து இருப்பதால், மலச்சிக்கல் மற்றும் வயிற்றுப் புண்ணால் அவதிப்படுபவர்களுக்கு இது ஒரு நல்ல உணவாகும். கூடுதலாக, அனைத்து காளான்களிலும் லைசின், ஐசோலியூசின், வாலின், டிரிப்டோபான், லைசின், திரியோனைன் மற்றும் மெத்தியோனைன் போன்ற அனைத்து அத்தியாவசிய அமினோ அமிலங்களும் உள்ளன. தியாமின், ரைபோ.ஃப்ளேவின் மற்றும் நியாசின் போன்ற பல வைட்டமின்கள் மற்றும் கால்சியம், பாஸ்பரஸ், இரும்பு, சோடியம் மற்றும் பொட்டாசியம் போன்ற அத்தியாவசிய தாதுக்களுக்கும் இவை நல்ல ஆதாரமாக கருதப்படுகின்றன. கூடுதலாக, மருத்துவ அறிவியலில் பல நோய்களைக் குணப்படுத்தும் மருந்து மூலப்பொருள்கள் விஷ காளான்களிருந்து பிரித்தெடுக்கப்படுகின்றன.

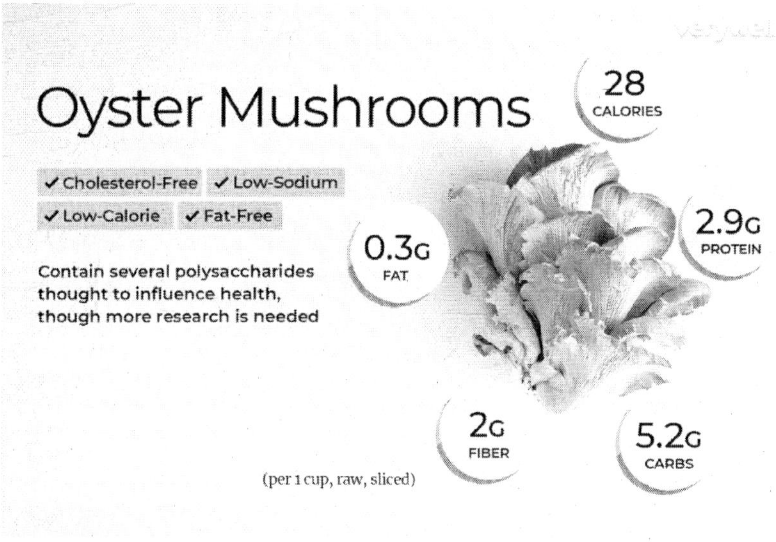


**பிற உணவுப் பொருட்களுடன் காளானின் புரத உள்ளடக்கம் குறித்த ஒப்பீட்டு அறிக்கை %**

| | |
|---|---|
| காளான் 2.9 | ஆப்பிள் 0.3 |
| பட்டாணி 2.6 | வாழைப்பழம் 1.1 |
| முட்டைக்கோஸ் 1 .5 | அரிசி 0.7 |
| கேரட் 1.1 | கோதுமை 1.3 |
| காலி.ஃ.பிளவர் 2.7 | சோயாபீன் 3.9 |
| உருளைக்கிழங்கு 2.1 | பால் 2.5 |

**2) பண்ணை கழிவுகளை மறு சுழற்சி செய்தல்**

வளரும் காளான்களுக்கான அடி மூலக்கூறுகளாக சிறந்த பயன்பாட்டிற்காக நெல் வைக்கோல் மற்றும் பிற பண்ணை கழிவுகளை மறுசுழற்சி செய்வதற்கு காளான் சாகுபடி மிகவும் பயனுள்ளதாக இருக்கும். காளான் வைக்கோல் படுக்கையின் கழித்த கழிவுகள் ஊட்டச்சத்துக்களால் செறிவூட்டப்பட்ட மிகச் சிறந்த உரமாகப் பயன்படுத்தப்படுகின்றன. கூடுதலாக, தென்னை நார் கழிவுகளை ஒரு வளமான எருவாக மாற்றுவதற்கு காளான் விதை (ஸ்பான்) வெற்றிகரமாக பயன்படுத்தப்படலாம். காளான் அறுவடைக்குப் பிறகு வைக்கோல் படுக்கையினை ஒரு சத்தான கால்நடை தீவனமாக சிறப்பாகப் பயன்படுத்தலாம்.

**3) கூடுதல் வருமானம்**

காளான் வளர்ப்பு ஒருங்கிணைந்த வேளாண்மை முறையின் முக்கியமான கூறுகளில் ஒன்றாகும், மேலும் விவசாயி / பண்ணைப் பெண்கள் காளான் வளர்ப்பிலிருந்து கூடுதல் வருமானத்தைப் பெறலாம்.

**4) வேலையின்மை பிரச்சினைகளை தீர்க்கிறது**

காளான் வளர்ப்பு வேலையில்லா பட்டதாரிகளுக்கு குறைந்த முதலீட்டு தொழிலாக செயல்படுகிறது. காளான் சாகுபடியை மிகக் குறைந்த மூலதன முதலீட்டில் தொடங்கலாம், அதற்கு எந்த அதிநவீன உபகரணங்களும் / நுட்பங்களும் தேவையில்லை. எனவே சுயதொழில் செய்வதில் ஆர்வமுள்ள நபர்களுக்கு இது மிகவும் இலாபகரமான முயற்சியாகும்.

**5) புதிய உணவு பொருட்கள் வளர்ச்சி**

காளான் சாகுபடி புதிய உணவுப் பொருட்களின் வளர்ச்சியை ஊக்குவிக்கிறது மற்றும் புதிய தொழில்கள் / வணிக பிரிவுகளில் ஈடுபடும் மக்களுக்கு வேலை வாய்ப்புகளை வழங்குகிறது. காளான்கள், காளான் சூப் தூள், பப்பாட்கள், நூடுல்ஸ் மற்றும் ஊறுகாய் போன்றவை காளானைப் பயன்படுத்தி உருவாக்கப்பட்ட சில புதிய பதிவு செய்யப்பட்ட உணவுப் பொருட்கள்.

**6) வெளிநாட்டு வருவாயை அதிகரிக்கிறது**

காளான் புதிய உணவுப் பொருட்களை ஏற்றுமதி செய்வதற்கான சாத்தியக்கூறுகள் உண்மையில் காளான் உற்பத்தியாளர்களால் உணரப்படுகின்றன மற்றும் வெளிநாட்டு பரிமாற்றங்களைப் பெறுவதற்காக அதிக அளவு மொட்டு காளான் அமெரிக்கா மற்றும் பிற ஐரோப்பிய நாடுகளுக்கு வெளிநாடுகளுக்கு ஏற்றுமதி செய்யப்படுகிறது. கூடுதலாக, காளான் ஊறுகாய் மற்றும் காளான் பப்பாட்களுக்கான சிறந்த சந்தை சாத்தியங்கள் மற்ற நாடுகளில் காணப்படுகின்றன.

**7) மருந்துகளாகப் பயன்படுத்தப்படுகிறது**

மிகக் குறைந்த கொழுப்பு இருப்பதால், உயர் இரத்த அழுத்தம் நோயாளிகளுக்கு இது மிகவும் நல்ல உணவாகும். குறைந்த கார்போஹைட்ரேட் இருப்பதால் இது நீரிழிவு மக்களுக்கு மிகவும் பாதுகாப்பான உணவாகவும் செயல்படுகிறது. கூடுதலாக காளான்களில் அதிக நார்ச்சத்து இருப்பதால் பெப்டிக் புண்கள் மற்றும் மலச்சிக்கலை குணப்படுத்துகிறது. *லேன்டினஸ் எடோட்ஸ்*, *ஃப்ளேமுலினா வெலுடிப்ஸ்* மற்றும் *அகாரிகஸ் பைஸ்போரஸ்* ஆகியவற்றின் தொடர்ச்சியான பயன்பாடு இரத்தத்தில் உள்ள கொழுப்பின் அளவைக் குறைக்கிறது.

காளான்களிலிருந்து பெறப்பட்ட பல ஆல்கலாய்டுகள் மற்றும் சாறுகள் பல நோய்களைக் குணப்படுத்துவதற்கான மருந்துகளாக செயல்படுகின்றன. அகாரிகஸ் பிஸ்போரஸ், லெண்டினஸ் எடோடஸ், ப்ளூரோட்டஸ் ஆஸ்ட்ரியேடஸ் மற்றும் ஃப்ளாமுலினா வெலூட்டிப்ஸ்களில் இருந்து மூளை கட்டிகளை குணப்படுத்தும் மருந்து மூலக்கூறுகள் இருப்பதாகக் கூறப்படுகிறது. அகரிகஸ் காம்பெஸ்ட்ரிஸிலிருந்து வரும் ஆல்கலாய்டுகள் பாக்டீரியா எதிர்ப்பு சேர்மங்களாகவும் செயல்படுகின்றன, சிலவற்றிலிருந்து “லெண்டினன்” மற்றும் “ரெண்டினன்” என்ற மூலக்கூறுகள் புற்றுநோயை குணப்படுத்துகின்றன. மேலும் இந்த காளானின் தொடர்ச்சியான பயன்பாடு எய்ட்ஸ் நோய்க்குறியிலிருந்து மீள மிகவும் பயனுள்ளதாக இருக்கும் என்றும் தெரிவித்துள்ளார்கள். இது கல்லீரல் பாதுகாப்பாளராகவும் பயன்படுத்தப்படுகிறது.

# 4. காளான் வகைகள்

காளான் ஒருவகைப் பூசண இனத்திலிருந்து தோன்றுகிறது. காளான் இரண்டு பகுதிகளைக் கொண்டது. தரைக்கு மேலுள்ள பாகத்தில் தண்டும், அதன்மேல் தலைப்பாகமும் உண்டு. தலைப்பாகத்தின் அடியில் நீண்ட மெல்லிய தகடுகள் அடுத்தடுத்து அடுக்கி வைக்கப்பட்டிருப்பது போலத் தோன்றும். இவை முதிர்ச்சியடைந்த பின்பு அவற்றிலிருந்து பூசண விதைகள் உண்டாகும். தரைக்கு அடியில் வேர் போன்ற பாகம் படர்ந்து வளரும் காளான் பூசணம் வளர்ந்து பரவி, அதன் பின் காளான்கள் தோன்றும்.

இடி, மின்னல், மழை இவற்றோடு காளான் தோன்றுதல் தொடர்புபடுத்தப்படுகின்றது. நன்கு மக்கிய அங்ககப் பொருட்களில் காளான் பூசணம் வளர்ந்து, மழை பெய்யும் போது ஏற்ற சூழ்நிலை கிடைப்பதால் காளான்கள் விரைவில் தோன்றுகின்றன.

**சிப்பிக்காளான்**

**வளர்ப்பதற்கேற்ற காளான்கள்**

தமிழகத்தில் நான்குவகைக் காளான்கள் செயற்கை முறையில் உற்பத்தி செய்யப்படுகின்றன. அவை வைக்கோல் காளான், ஐரோப்பியக் காளான் (அல்லது) மொட்டுக் காளான், சிப்பிக்காளான், பால்காளான் மற்றும் மொட்டுக்காளான் ஆகியவையாகும்.

**தமிழகத்தில் வளர்ப்பதற்கேற்ற காளான்கள்**

| | **வைக்கோல் காளான் 1** | **சிப்பிக் காளான் 2** | **பால் காளான் 3** | **மொட்டுக் காளான் 4** |
|---|---|---|---|---|
| உற்பத்தி சுழற்சி (நாட்கள்) | 25-30 | 45-50 | 45-50 | 90-120 |
| வெப்பநிலை ($^{0}$செ) அ.பூசணம் பரவ | 25-35 | 25-28 | 25-35 | 20-30 |
| ஆ. காளான் வளர | 30-35 | 22-25 | 33-35 | 25-28 |
| ஈரப்பதம் (%) | 80-90 | 85-90 | 85-90 | 80-90 |
| வெளிச்சம் | +++ | ++ | +++ | ++ |
| மூலப் பொருட்கள் | வைக்கோல் மற்றும் கொள்ளுப் பொடி | வைக்கோல் | வைக்கோல் | மட்கு |
| உற்பத்தி திறன் (%) | 15-20 | 100-180 | 145-200 | 30-35 |

**அ. வைக்கோல் காளான் (Paddy straw mushroom)**

வைக்கோல் காளானின் தலைப்பாகம் குடை போன்று விரிந்து இருக்கும். பூசண விதைகள் (Spores) ரோஜா இதழ் நிறமுடையவையாக இருக்கும். தலைப்பாகத்தின் அடியில் நடுப்பகுதியுடன் தண்டு இணைந்திருக்கும். தண்டின் அடிப்பாகத்துடன் "வால்வா" என்று சொல்லக் கூடிய மெல்லிய உறை காணப்படும். தண்டின் மேற்பாகத்தில் வளையம் இருக்காது.

**வைக்கோல் காளானில் முக்கியமான மூன்று வகைகள் உள்ளன:**

*அ. வால்வேரியெல்லா வால்வேசியா (Volvariella volvacea)*

*ஆ. வால்வேரியெல்லா டிப்லேசியா (V. diplasia)*

*இ. வால்வேரியெல்லா எஸ்குவெண்டா (V. esculenta)*

இவற்றுள் *வால்வேரியெல்லா வால்வேசியா (Volvariella volvacea)* விளைச்சலைக் கொடுக்கும்.

**வைக்கோல் காளான்**

மழையாலும், காற்றாலும் நேரிடையாகப் பாதிக்கப்படாத பாதுகாப்பான இடம் காளான் வளர்ப்பதற்கு ஏற்றது. வெளிச்சம் கிடைக்கும் இடமாக இருக்க வேண்டும். ஆனால் வெயில் நேரிடையாகப் படக்கூடாது.

இயற்கையில் நிலவும் வானிலையை அனுசரித்து வெப்பப் பகுதிகளிலும், மிதவெப்பப் பகுதிகளிலும் இக்காளான் வளர்க்கப்படுகிறது. குளிர்ப்பகுதிகள் இக்காளான் வளர்ப்பதற்கு ஏற்றவையல்ல. தமிழ்நாட்டில் சமவெளிப்பகுதிகளில் மார்ச் முதல் செப்டம்பர் மாதம் வரை இயற்கையாக நிலவும் வெப்ப நிலையில் வளர்க்கலாம். வெப்பநிலை குறைந்திருந்தால் கழிவுப் பஞ்சை அடுக்குகளுக்கிடையில் பரப்புதல், கழிவுப் பஞ்சை வைக்கோலுடன் கலந்து படுக்கை அமைத்தல், காய்ந்த வேப்பிலையைக் காளான் படுக்கை போடும் போது அடுக்குகளுக்கு இடையில் பரப்புதல் ஆகிய முறைகளைக் கையாளலாம். அதன் மூலம் படுக்கையில் ஓரளவு வெப்பநிலை கூடுவதால், காளான்கள் தோன்றும்.

காளான் படுக்கை அமைத்ததலிருந்து 24 செல்சியஸ் வெப்பநிலைக்குக் குறையாமல் இருக்கவேண்டும். அப்பொழுதுதான் காளான் வித்துகளிலிருந்து பூசணம் வளர்ந்து படுக்கை முழுவதும் பரவும். படுக்கையில் காளான் தோன்றுவதற்கு காற்றின் ஈரப்பதம் 80-90 சதவிகிதமும், வெப்பநிலை 30-35 செல்சியஸ் அளவும் இருக்க வேண்டும். அத்துடன் படுக்கையில் ஈரப்பதம் 75-80 சதவிகிதம் நிலவ வேண்டும்.

## ஆ. மொட்டுக் காளான் (Button mushroom)

மொட்டுக்காளான் (Button mushroom) ஐரோப்பியக் காளான் என்றும் கூறப்படுகிறது. இக் காளானில் தலைப்பாகம் முட்டை வடிவத்தில் இருக்கும். பூசணவிதைகள் பழுப்பு நிறத்தில் இருக்கும். தண்டுப்பாகத்தின் மேற்புறத்தைச் சுற்றிலும் வளையம் (Anulus) காணப்படும். ஆனால் வைக்கோல் காளானில் உள்ளது போன்ற வால்வா என்ற மெல்லிய உறை தண்டின் அடிப்பாகத்தில் காணப்படாது.

**மொட்டுக் காளான்**

மொட்டுக் காளானில் இரு இனங்கள் உள்ளன அவை :

*அ. அகேரிகஸ் பைஸ்போரஸ் (Agaricus bisporus)*

*ஆ. அகேரிகஸ் பைடார்கி (A. bitorquis)*

இவற்றில் *அ.பைஸ்போரஸ்* அதிக விளைச்சலைத் தரவல்லது.

இக் காளான் பலராலும் விரும்பி உண்ணப்படுகிறது. அத்துடன் கூடுதலான விலையிலும் விற்பனை செய்யப்படுகிறது. இக் காளானை வெற்றிகரமாக வளர்ப்பதற்கு நல்ல கம்போஸ்ட், தரமான வித்து, ஏற்ற காலநிலை ஆகியவை முக்கியமானவை மொட்டுக் காளான் படுக்கைகளை அமைத்த பின்பு, வித்துப் பரவுதலுக்கும், காளான் தோன்றுதலுக்கும் வெவ்வேறு வெப்பநிலை தேவைப்படுகின்றது. எனவே காளான் படுக்கைகளை 21-24° செல்சியஸ் வெப்பநிலையில் உள்ள வித்துப்பரவும் அறையிலும் **(Spawn running room)**, 14-18$^0$ செல்சியஸ் வெப்பநிலையில் உள்ள காளான் தோன்றுவதற்கான அறையிலும் **(Cropping room)** வைக்கவேண்டும்.

இக்காளான் வளர்க்க (90 x 60 x 15 செ.மீ.) 3 அடி x 2 அடி 6 அங்குலம் அளவுள்ள மரப்பெட்டிகள் பயன்படுத்தப் படுகின்றன. மரப்பெட்டிகளுக்குப் பதிலாகப் பாலீத்தின் பைகளையும் பயன்படுத்தலாம். கம்போஸ்ட்டினை நிரப்பி வித்திட்டபின், வித்து பரவுவதற்கு சுமார் மூன்று வாரங்கள் ஆகின்றன. அதன் பின் மேற்பூச்சு (Casing) செய்யப்படுகிறது. அதிலிருந்து மூன்றாவது வாரத்தில் காளான் மொட்டுக்கள் தோன்றுகின்றன. காளான் மொட்டுக்கள் தோன்றியதிலிருந்து காளான் அறுவடை செய்கின்ற அளவுக்கு முட்டை வடிவக் காளான் மொட்டுக்கள் பெரியவையாவதற்கு ஏறத்தாழ 5 நாட்கள் ஆகின்றன. முதல் அறுவடைக்குப் பின்பு 8 முதல் 10 நாட்கள் இடைவெளியில் காளான்கள் தொடர்ந்து தோன்றுகின்றன. இரண்டு முதல் மூன்று மாதங்கள் வரை காளான்கள் தோன்றலாம். ஆனால் பொதுவாக வித்திட்டதிலிருந்து 10 வாரங்களுக்கு மேல் காளான் உற்பத்தி சுழற்சி (Crop cycle) நீட்டிப்பதில்லை. இதேபோல அதே பெட்டிகளைப் பயன்படுத்தி ஓராண்டில் நான்கு உற்பத்திச் சுழற்சிகள் மேற்கொள்ளப்படுகின்றன.

வெப்பத்தைக் கூட்டவோ, குறைக்கவோ செய்யக்கூடிய வெப்பக்கட்டுப்பாடு கொண்ட அறைகளில் தான் மொட்டுக் காளானை வளர்க்க முடியும்.

## இ. சிப்பிக்காளான் (Oyster mushroom)

கடற்சிப்பியின்(Oyster) தோற்றத்தில் இருப்பதால் இக்காளானுக்கு இப்பெயர். தலைப்பாகத்தில் தட்டு வைத்தது போலக் காணப்படும். தண்டு தலைப்பாகத்தின் நடுவில் பொருத்தப்படாமல் பக்கவாட்டில் இணைந்திருக்கும். பூசண விதைகள் வெண்மையாக இருக்கும். தண்டின் அடிப்பாகத்தில் வைக்கோல் காளானுக்குள்ள மேலுறையோ (Volva), தண்டின் மேற்பாகத்தில் ஐரோப்பியக் காளானுக்குள்ள வளையமோ (Annulus) சிப்பிக்காளானில் காணப்படுவதில்லை.

**சிப்பிக்காளான்**

சிப்பிக்காளானில் பல இனங்கள் உள்ளன அவை:

*அ. பிளிரோட்டஸ் சஜோர் காஜு (Pleurotus sajor caju)*

*ஆ. பிளிரோட்டஸ் சிடரினோபைலியேட்டஸ் (P. citrinopileatus)*

*இ. பிளிரோட்டஸ் ஓயஸ் (P. aeous)*

*ஈ. பிளிரோட்டஸ் ப்ளேபெலேட்டஸ் (P.flabellatus)*

*உ. பிளிரோட்டஸ் ஆஸ்ட்ரியேட்டஸ் (P. ostreatus) |*

*ஊ. பிளிரோட்டஸ் ப்ளோரிடா (P. florida)*

*எ. பிளிரோட்டஸ் எரிஞ்சி (P. erinje)*

*ஏ. பிளிரோட்டஸ் ஓபன்சியே (P. opencea)*

*ஐ. பிளிரோட்டஸ் ப்போசுலேட்டஸ் (P. fasullatus)*

*ஒ. பிளிரோட்டஸ் பிளேட்டிபஸ் (P. platypus)*

*ஓ. பிளிரோட்டஸ் ஜமார் (P. djamor)*

இவற்றுடன் பிளிரோட்டஸ் *சிடரினோபைலியேட்டஸ்* என்ற வெள்ளைச் சிப்பிக்காளான், *பிளிரோட்டஸ் ஜமோர்* என்ற மற்றொரு வெள்ளைச் சிப்பிக்காளான், *பிளிரோட்டஸ் சஜோர்காஜு* என்ற சாம்பல் சிப்பிக்காளான் ஆகியவை தமிழகத்தில் அதிக விளைச்சலைக் கொடுக்கும் திறனுள்ளவை.

தமிழகத்தின் பல்வேறு பகுதிகளில் நிலவும் தட்ப வெப்பநிலை சிப்பிக்காளான் வளர்ப்பிற்கு ஏற்றதாகும். சிப்பிக்காளானின் உற்பத்திதிறன் பிற காளான்களைக் காட்டிலும் கூடுதலாகும். மொட்டுக் காளானை 100 கிலோ வைக்கோலைப் பயன்படுத்தி வளர்ப்பதால் 30 கிலோ கிடைக்கும். வைக்கோல் காளான் 100 கிலோ வைக்கோலிலிருந்து 10 முதல் 20 கிலோ வரை தான் கிடைக்கும்.

ஆனால் சிப்பிக் காளான் 100 கிலோ வைக்கோலிலிருந்து 40 முதல் 100 கிலோ வரை கிடைக்கும். அத்துடன் செல்லுலோஸ் கூடுதலாக உள்ள சில பண்ணைக் கழிவுப் பொருட்கள், தொழிற்சாலைக் கழிவுப் பொருட்கள் ஆகியவற்றைப் பயன்படுத்தி சிப்பிக் காளானைச் சிறப்பாக வளர்க்க முடியும்.

### இ. பால் காளான் (Milky mushroom)

மொட்டுக்காளானைப் போன்ற வெண்மை நிறமுடையது. இவற்றின் தண்டுப்பகுதி சற்று தடித்திருக்கும். தண்டும் தலைப்பகுதியும் நல்ல சதைப்பிடிப்பு மிக்கவை. பால் காளான் *கேலோசைபா இண்டிகா* என்ற வகையைச் சார்ந்தது. இதற்கு 25 முதல் 35° செல்சியஸ் வெப்பநிலையும், 80 சதத்திற்கு குறையாத காற்றின் ஈரப்பதமும் உள்ள சூழலில் நன்கு வளரும். எனவே தமிழகத்தின் எல்லாப் பகுதிகளிலும் பரவலாக இக்காளானை வளர்க்கலாம்.

**பால் காளான்**

# 5. நச்சுக்காளான்கள் (Poisonous mushrooms)

இயற்கையில் தோன்றும் காளான்களில் சில நச்சுத் தன்மையுடையவை. சில நேரங்களில் கவனக் குறைவினாலும், அறியாமையினாலும் இத்தகைய காளான்களை உண்டால் உயிருக்கே ஆபத்து ஏற்படும். காளான்களை விரும்பி உண்பதில் பழக்கப்பட்ட பலர், நச்சுக்காளானையும், உணவுக்காளனையும் பழக்கத்திலேயே கண்டறியும் திறமையைப் பெற்றிருக்கின்றனர். ஓவ்வொரு வகைக் காளானுக்கும் - தோற்றம், அமைப்பு, அவை வளரும் முறை ஆகியவற்றில் வேறுபாடுகள் உண்டு. எனவே காளானைச் சேகரித்து உண்பதிலோ, காளான் வளர்ப்பதிலோ உணவுக்கு ஏற்றவையா என்பதைக் கண்டறியலாம். சந்தேகமிருப்பதால் கோழிக்குத் தீவனமாகப் பயன்படுத்திப் பார்த்தபின் நச்சுக் காளான் இல்லையென்று தெரிந்தால் உணவுக்குப் பயன்படுத்தலாம்.

**நச்சுக்காளான் - *அமானிடா***

வெள்ளிக்காசு அல்லது வெள்ளிக்கரண்டியைப் (Silver spoon) பயன்படுத்தி, நச்சுக் காளானைக் கண்டறியும் முறையும் பொதுவாகக் கடைப்பிடிக்கப் படுகின்றது. காளானைச் சமைக்கும்போதோ, கொதிக்க வைக்கும் போதோ வெள்ளிக்காசு அல்லது வெள்ளிக்கரண்டியை அதனுடன் போட்டிருந்தால் நச்சுக்காளானாக இருந்தால், வெள்ளி கருமை நிறம் பெற்று விடும் உணவுக்காளானாக இருந்தால், வெள்ளி நிறம் மாற்றமடைவதில்லை. எனினும்

இச்சோதனை நம்பத் தகுந்ததல்ல. ஏனெனில் *அமேனிட்டா பேல்லாய்டஸ் (Amanita phalloides)* என்ற கொடிய நச்சுக்காளானை அறுவடை செய்தவுடன் சமைக்கும் போது, அதனுடன் வெள்ளிக்காசு அல்லது வெள்ளிக் கரண்டியைப் போட்டிருந்தாலும் வெள்ளி நிற மாற்றம் அடைவதில்லை.

**நச்சுக்காளான் - *போலிடஸ்***

இயற்கையில் தோன்றும் காளான்களை உணவுக்குப் பயன்படுத்துவதற்காகச் சேகரிக்கும் போது, கீழ்க்கண்ட முறைகளைப் பின்பற்றலாம்

முதிர்ச்சியடையாத இளமொட்டுக்களைப் பயன் படுத்துவதைத் தவிர்த்தல் வேண்டும். ஏனெனில் முதிர்ச்சியடையாத பருவத்தில் அந்த இனத்திற்குரிய குணாதிசயங்களைக் (Characters) கண்டறிய முடிவதில்லை.

காளான் தண்டின் அடிப்பாகம் கிண்ணம் போன்ற அமைப்பால் (Cup like envelope) சூழப்பட்டிருப்பதால், அவ்வகைக் காளானை உணவுக்குப் பயன்படுத்துவதில்லை. ஆயினும் *ஆமேனிட்டா சிசேரியா (Amatila caesaria) அமேனிட்டா ரூபிசென்ஸ் (Amanita rubescens)* போன்ற காளான் இனங்கள், கிண்ணம் போன்ற அமைப்பால் சூழப்பட்டிருந்தாலும், அவை நச்சுக்காளான்களல்ல.

பல நிறங்களைக் கொண்ட காளான் வகையைப் பயன்படுத்தாமல் ஒதுக்கிவிடுதல் சிறந்தது.

அழுகியிருக்கும் காளானையும், முதிர்ச்சியடைந்த பின் நீண்ட நாட்கள் கழித்துப் பறித்த காளான்களையும் உணவுக்குப் பயன்படுத்துவதைத் தவிர்த்தல் வேண்டும்.

பால் போன்ற சாறு வடிந்து கொண்டிருக்கும் காளான்கள் பொதுவாக உணவுக்கு ஏற்றவையல்ல. ஆனால் அவ்வாறு சாறு வடிந்து கொண்டிருக்கும் *லேக்டேரியஸ் வாலிமஸ் (Lactuarius volemus)* என்ற இனத்தில் நச்சுத் தன்மை இல்லை.

காளானை நறுக்கியவுடன் நிறமாற்றம் ஏற்பட்டால் பொதுவாக உணவுக்கு ஏற்றதல்ல. ஆயினும் நிறமாற்றமடையும் இயல்புடைய *ஸ்புரொபோலோமைசிஸ் ஸ்ட்ரோபிலாசியஸ் (Sprobolomyces strobilaceus)* என்ற காளான் உணவுக்கு ஏற்றது.

விலங்குகளின் சாணத்தில் வளர்ந்திருக்கும் காளான்களையும், காளான் தலைப்பாகத்தின் அடியில் உள்ள மெல்லிய செதில்கள் **(Gills)** பழுப்பு அல்லது கருமை நிறத்தில் இருந்தால் அவ்வகைக் காளான்களையும், உணவுக்குப் பயன்படுத்துவதைத் தவிர்க்க வேண்டும்.

வேண்டாத நாற்றத்ததைக் **(Unpleasant odour)** கொண்டுள்ள காளான்களையும், முயல் அல்லது பிற விலங்கினங்கள் கடித்த அல்லது ஒடித்த காளான்களையும் உணவுக்குப் பயன்படுத்தக் கூடாது.

இயற்கையில் கிடைக்கும் சில காளான் வகைகளை அறுவடை செய்தவுடன், அவற்றில் நச்சுத்தன்மை தோன்றுவதில்லை. ஆனால் அவ்வாறான காளான்கள் காய்ந்தவுடன் நச்சுத்தமையைப் பெற்றுவிடும். எனவே காளான்களை உணவுக்காகப் பயன்டுத்தத் தேர்ந்தெடுப்பதில் மிகவும் கவனம் வேண்டும்.

நச்சுத்தன்மை கொண்ட காளான்களைப் பார்த்தவுடன் கண்டறிவது எல்லோரலும் முடியாது. ஆதலால் செயற்கை முறையில் காளான்களை வளர்த்து உணவுக்காகப் பயன்படுத்தலாம்.

## உண்ணக்கூடிய காளானுக்கும் நச்சுக் காளானுக்கும் உள்ள வேற்றுமைகள்

| குணம் | உண்ணக்கூடிய காளான் | நச்சுக்காளான் |
|---|---|---|
| நிறம் | வெள்ளை அல்லது சாம்பல் | அலங்கார நிறம் |
| செதில்கள் | இல்லை | இருக்கும் |
| வாசனை | இனிமையான வாசனை | விரும்பத்தகாத வாசனை |
| சமையல்: வெள்ளிகரண்டி பயன் படுத்துதல் | கரண்டியின் நிறத்தில் எந்த மாற்றமும் இல்லை | கரண்டியின் நிறம் கருப்பு நிறமாக மாறுகிறது |
| வெங்காயத்துடன் சமையல் | வெங்காயத்தில் வண்ணமாற்றம் இல்லை | வெங்காயத்தின் நிறம் கருப்பு நிறமாக மாறுகிறது |
| பால் | வராது | வரும் |
| கடினமான வல்வே என்ற காளான் அமைப்பு | இருக்காது | இருக்கும் |

**நச்சுக்காளான்கள்**

# 6. காளான் விதை தயாரிப்பு

**காளான் விதை (ஸ்பான்) தயாரிக்கத் தேவைப்பரும் மூலப்பொருட்கள்**

1. காளான் தாய் வித்து
2. வித்து பாட்டில் அல்லது பாலிபுரொப்பலின் பை
3. சோளம் அல்லது நெல் கறுக்காய் அல்லது கம்பு
4. ஆட்டோகிளேவ் சாதனம் - தொற்று நீக்கம் செய்ய
5. புற ஊதாக் கதிர் விளக்கு - தொற்று நீக்கம் செய்ய
6. அலுமினிய பாத்திரம் - சோளம் வேக வைப்பதற்கு
7. உற்பத்தி அறை

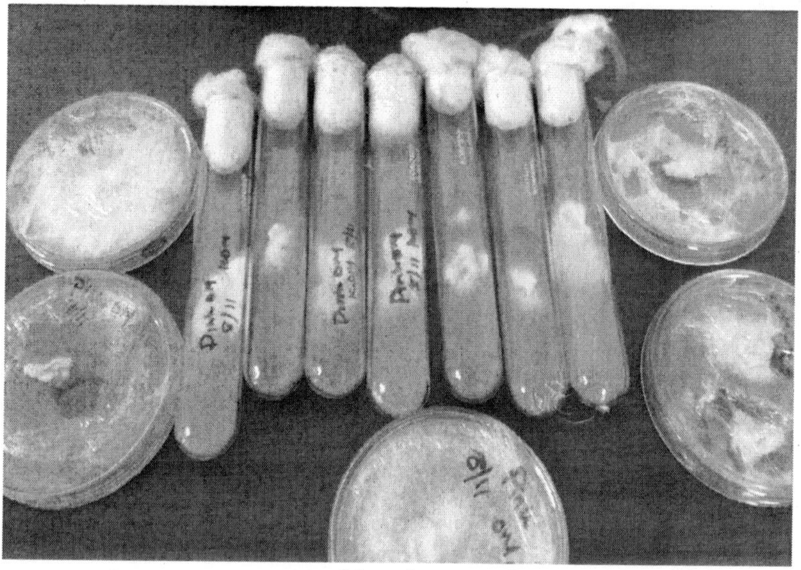

**காளான் தாய் பூசணம்**

**காளான் விதை (ஸ்பான்) உற்பத்தி அறை**

காளான் வித்து உற்பத்தி செய்யும் அறை செங்கல் கற்களால் கட்டப்பட்ட அறையாக இருக்க குறைந்த பட்சமாக இந்த அறையில் அளவு 12’x10’ ஆக இருக்கலாம் இந்த அறையில் ஜன்னல்கள் ஏதும் தேவையில்லை. ஆறையின் கதவு கண்ணாடிக் கதவாக இருத்தல் வேண்டும். ஏனென்றால் மூடப்பட்ட அறையின் உள்ளே வேகவைக்கப்பட்ட சோளம், தொற்று நீக்கம் செய்யப்படும் பொழுது புற ஊதாக் கதிர் விளக்கு 30 நிமிடங்கள் எரியும் பொழுது அறையை மூடிவிட வேண்டும். புற ஊதாக்கதிர் விளக்கு எரியும்

பொழுது உள்ளே யாரும் இருப்பதை தவிர்க்க வேண்டும். மேலும் அறையின் உள்ளே சிறப்பாக அமைக்கப்பட்ட மேஜை இருக்க வேண்டும். இந்த மேஜையின் மேல் புறம் ஸ்டீல் தகடு அல்லது வழவழப்பான தகடுகளைத் கொண்டு மேஜை அமைக்கப்பட வேண்டும். மேலும் இவ்வாறு அமைக்கப்பட்ட மேஜையின் மீது புன்சன் அடுப்பு பொருத்தி இருக்க வேண்டும். காளான் தாய் வித்துப்புட்டியிலிருந்து எடுத்து வித்துப்புட்டியில் இடும்பெழுது, வித்துப்புட்டியின் வாய்ப்பகுதியை தொற்று நீக்கம் செய்வதற்கு தேவைப்படும். மேலும் இந்த அறையை மிகவும் சுத்தமாக வைத்திருக்க வேண்டும்.

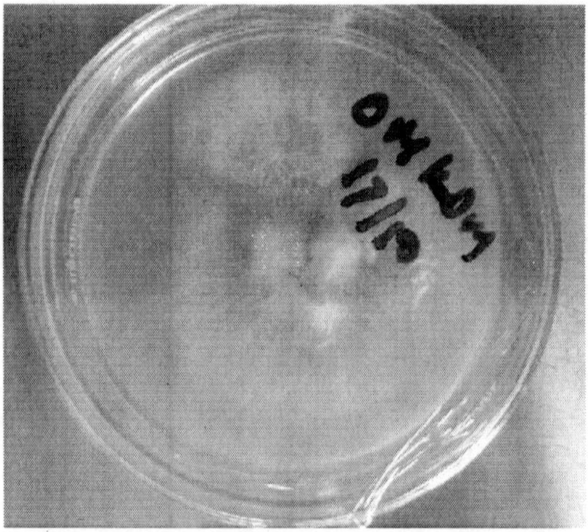

**காளான் பூசணம்**

**காளான் விதை தயாரித்தல்**

முதலில் காளான் வித்து தயார் செய்ய, நன்கு சுத்தம் செய்த சோளம் அல்லது நெல் கறுக்காய் அரை வேக்காடு அளவு வேகவைத்து, பின்னர் நிழலில் சிறிது நேரம் உலரவைக்க வேண்டும். பின்பு சோளத்துடன் 30 கிராம் கால்சியம் கார்பனேட் என்ற அளவில் நன்கு கலக்க வேண்டும். பின்பு சோளம் மற்றும் கால்சியம் கார்பனேட் கலந்த கலவையை, நன்கு சுத்தம் செய்யப்பட்ட குளுக்கோஸ் (500 கிராம் அளவு) பாட்டிலில் முக்கால் பாகம் நிரப்ப வேண்டும். இவ்வாறு நிரப்பட்ட சோளத்தின் அளவு சுமார் 250 முதல் 300 கிராமாக இருக்கும். குளுக்கோஸ் பாட்டில் தேவையான அளவு கிடைக்காத பட்சத்தில் பாலிபுரோப்பிலீன் பைகளைப் பயன்படுத்தலாம். பாலிபுரோப்பிலீன் பைகளுக்கு வாய்ப் பகுதியாக,

2.5 செ.மீ. விட்டம் தடிமன் அளவுள்ள PVC குழாய் துண்டுகளை பயன்படுத்தலாம். இவ்வாறு சோளம் நிரப்பப்பட்ட பாட்டில்களை நீர் உறிஞ்சாத பஞ்சால் நன்கு காற்றுப்புகாத வண்ணம் மூடி விடவேண்டும். பின்பு பாட்டில்களை ஆட்டோகிளேவ் சாதனத்தில் 20 இராத்தல் (Lb) அழுத்தத்தில் 2 மணி நேரம் வைத்து, தொற்று நீக்கம் செய்ய வேண்டும். கால அளவு முடிந்தவுடன் ஆட்டோகிளேவ் வெப்ப நிலை தானாகக் குறையுமாறு அமைத்து வைக்க வேண்டும். பின்பு பாட்டில்களை விதை மாற்றும் அறையினுள் வைத்து சுமார் 30 நிமிடம் புறஊதா கதிர் விளக்கை எரிய விட வேண்டும். பின்பு புறஊதா கதிர் விளக்கை அணைத்து விட்டு, சற்று நேரம் கழித்து அறையினுள் சென்று பாட்டில் அல்லது பாலீத்தின் உறையின் வாய்ப்பகுதி தீ ஜுவாலையின் முன்னால் இருக்குமாறு வைத்து, ஒரு தேக்கரண்டி (சுமார் 10 கிராம்) காளான் தாய் வித்தை எடுத்து தொற்று நீக்கம் செய்யப்பட்ட குளுக்கோஸ் பாட்டினுள் இட வேண்டும். பின்பு ஈரம் உறியாத பஞ்சால் நன்கு காற்றுப்புகா வண்ணம் மூடி விட வேண்டும். பின்பு இப்பாட்டிலை அறை வெப்பநிலையில் வைத்து பூசணத்தை வளர செய்ய வேண்டும். சுமார் 15 நாட்களுக்குள் பாட்டில் அல்லது பாலீத்தின் பை முழவதும் பூஞ்சணம் வெண்மையாக வளர்ந்து காணப்படும். இவற்றை காளான் உற்பத்தி செய்வதற்கு ஏற்ற காளான் வித்துக்களாகப் பயன்படுத்தலாம்.

காளான் விதை

காளான் வளர்ப்பு அறை

# 7. சிப்பிக் காளான் வளர்ப்பு

**சிப்பிக் காளான்**

### சிப்பிக் காளான் வளர்க்கத் தேவையான பொருட்கள்

1. காளான் வித்து
2. தொற்று நீக்கம் செய்யப்பட்ட வைக்கோல் துண்டுகள்
3. பாலீத்தீன் பை (80 காஜ் தடிமன், நீளம் 60 செ.மீ, அகலம் 30 செ.மீ)
4. நூல்கண்டு
5. சிறு பிளாஸ்டிக் தட்டுகள்
6. கிருமி நாசினி (டெட்டால்)
7. காளான் கொட்டகை

### காளான் கொட்டகை அமைத்தல்

காளான் உற்பத்தித் திறனுக்கு ஏற்றவாறு காளான் கொட்டகை இரண்டாக தடுத்து, காளான் வித்து உற்பத்தி அறை மற்றும் காளான் வளர்ப்பு அறைகள் என அமைக்க வேண்டும் காளான் உற்பத்தி அறைகள் திறந்த வெளியில் அமைக்காமல் நிழல் சார்ந்த பகுதிகளில் அமைப்பது நன்று. ஏனெனில், காளான் விதை பரவுதல் மற்றும் காளான் உற்பத்தி திறன் இந்த அறைகளின் தட்பவெப்ப நிலை மற்றும் சுத்தம் ஆகிய காரணிகளின் கட்டுப்பாட்டில் இருப்பதால் அமைவிடம் நன்கு பராமரிக்கப்பட வேண்டும். மேலும் இந்த அறைகளின் வாசல் பகுதி வடக்கு மற்றும் தெற்காக

அமைந்தால் சூரிய ஒளி நேரிடையாக உள்ளே வருவதை தடுக்கலாம்.

காளான் வளர்ப்பு அறைகள், பொதுவாக தென்னை அல்லது பனை ஓலைகள் கொண்டு கூரை வேய்ந்து அமைக்கப்பட வேண்டும். ஏனெனில் இது கோடை காலங்களில் காளான் வளர்வதற்கான வெப்பநிலையைத் தரவல்லது. குடிசை அளவு நாள் ஒன்றுக்கு விற்பனைக்கு தேவையான காளான் அளவை பொருத்து அமைக்க வேண்டும்.

### 1. காளான் வித்து பரவும் அறை (Oyster mushroom cultivation)

காளான் விதை பரவும் அறையின் வெப்பநிலை 24° முதல் 29° செல்சியஸும், 85 சதவிகிதத்திற்கு மேல் ஈரப்பதமும் இருக்க வேண்டும். இந்த அறையில் நல்ல காற்றோட்டம் மற்றும் மங்கிய வெளிச்சம் கொட்டகைக்குள் இருக்குமாறு, திறந்து மூடும் ஜன்னல்கள் மற்றும் கதவுகள் கொண்டதாக இருக்க வேண்டும். மற்றும் ஜன்னல்கள் வழியாக பூச்சி, எலி மற்றும் அணில் ஆகியன புகாமல் இருக்குமாறு நைலான் வலைகள் அமைக்கப்பட வேண்டும். மற்றும் கொட்டகைக்குள் அளவுக்கு அதிகமான சூரிய ஒளி புகாமல் தடுக்க வேண்டும்.

**சிப்பிக் காளான் படுக்கை**

### 2. காளான் வளர்ப்பு அறை

காளான் வளர்ப்பு அறையில் சற்று குளிர்ச்சியான வெப்பநிலை, அதாவது 23° முதல் 25° செல்சியஸ்க்குள் இருக்க வேண்டும். இந்த

வெப்பநிலையைத் தக்க வைப்பதற்கு அறையின் உள்ளே நான்கு சுவர்களிலும் நன்கு சுத்தம் செய்யப்பட்ட சாக்குப்பைகளைக் கட்டித் தொங்கவிட வேண்டும். வெப்ப நிலை 25° செல்சியஸ் அளவை தாண்டும் பொழுது, இந்த சாக்குப்பைகளை நனைப்பதன் மூலம் வெப்பநிலையைக் குறைக்கலாம். மற்றும் இந்த அறையின் தரைப்பகுதியை 45 செ.மீ. உயரத்திற்கு ஆற்று மணல் கொண்டு நிரப்ப வேண்டும். தினமும் காலையும், மாலையும் தண்ணீரை இந்த மணல் மீது தெளிப்பதன் மூலம் கோடை காலங்களில் அறையின் வெப்பநிலையை கட்டுப்படுத்தலாம். மற்றும் மங்கிய வெளிச்சம் இந்த அறைக்குள் செல்லுமாறு இருப்பதற்கு திறந்து மூடுமாறு உள்ள ஜன்னல்கள் அமைத்தல் நல்லது.

காளான் குடிலின் நீள அகலத்தை தேவைக்கேற்ப மாற்றி அமைத்துக் கொள்ள வேண்டும். குடிசையை கிழக்கு, மேற்கில் அமைப்பதால் சீரான வெப்பநிலையை உருவாக்கலாம். குடிசையின் நீளம் 40 மீட்டருக்கு மேல் இருக்கக் கூடாது. பொய் கூரையின் உயரம் தரையிலிருந்து 2.25 மீ இருக்கலாம். 5 கிலோ காளானுக்கு மேல் உற்பத்தி அதிகரிக்க விரும்புவோர், காளான் வளர்ப்பறையை தடுத்து சிறிய அறைகளாக அமைக்கலாம்.

**சிப்பிக் காளான் கொட்டகை உற்பத்தி அளவு**

| உற்பத்தி அளவு நாளொன்றுக்கு (கிலோ) | வித்துப் பரவும் அறையின் அளவு (ச.மீ) | காளான் தோன்றும் அறையின் அளவு (ச.மீ.) | தேவையான படுக்கைகளின் எண்ணிக்கை (நாளொன்றுக்கு) |
|---|---|---|---|
| 1 | 4 x 2 | 4 x 2 | 4 |
| 5 | 13.5 x 3 | 13.5 x 3 | 20 |
| 20 | 27 x 6 | 27 x 6 | 80 |

**கொட்டகை தேவையான கதவு மற்றும் சன்னல்களின் அளவு**

| | |
|---|---|
| கதவு | 2.00 மீ உயரம் x 0.75 மீ. அகலம் |
| சன்னல் | 0.60 மீ நீளம் x 0.30 மீ அகலம் |
| சன்னல்களின் எண்ணிக்கை | 2 முதல் 12 வரை |

**சிப்பிக்காளான் படுக்கை (Mushroom Bed) தயாரிக்கத் தேவையான பொருட்கள்**

**அ. வைக்கோல் தயார் செய்தல்:** அறுவடை செய்து ஆறு மாதங்களுக்கு உட்பட்ட நெல் வைக்கோல் காளான் வளர்ப்பிற்கு உகந்தது. வைக்கோலை 3 முதல் 5 செ.மீ அளவுள்ள துண்டுகளாக வெட்டி அவற்றை நல்ல குளிர்ந்த நீரில் ஆறு மணி நேரம் ஊற வைத்து பின்பு வெந்நீரில் (80° செ.) 1 மணி நேரம் நனைத்து தொற்று நீக்கம் செய்ய வேண்டும். ஒரு காளான் படுக்கை தயார் செய்ய இப்படி நன்கு தயார் செய்யப்பட்ட வைக்கோல் 500 கிராம் தேவைப்படும்.

**காளான் படுக்கைக்கு வைக்கோல் வெட்டும் கருவி** : தொழில் ரீதியாக காளான் வளர்க்கும் போது, அரிவாள் கொண்டு கையினால் வைக்கோலை வெட்டினால் நேரம் மிகவும் செலவாகும். மேலும் வெட்டுக் கூலி அதிகமாகும். எனவே சிக்கனம் கருதி கருவிகளை பயன்படுத்த வேண்டும். கை மற்றும் கால் பயன்படுத்தி இயங்கக்கூடிய வைக்கோல் மற்றும் தட்டு வெட்டும் கருவி கொண்டு காளான் படுக்கைக்கு தேவையான வைக்கோலை வெட்டலாம். இக்கருவி முழுவதும் தேனிரும்பால் செய்யப்பட்டிருக்க வேண்டும். ஒரு பக்கம் வைக்கோல் வைக்கும் மேசை இருக்க வேண்டும்.

மற்றொரு விளிம்பில் எ∴கு கத்தி பொருத்தப்பட்டு இருக்கும். கைப்பிடியை மேலும் கீழும் நகரச் செய்ய கால் வலிமையைப் பயன்படுத்தும் வகையில், படி ஒன்று வடிவமைக்கப்பட்டிருக்க வேண்டும். வைக்கோலை ஒரு கையில் நகர்த்திக் கொண்டே கைப்படியை கீழ்நோக்கி அசைத்தால் தட்டு வெட்டப்படும். அதே நேரத்தில் காலாலும் விசையை அழுத்தலாம். ஒரு மணி நேரத்தில் 200 கிலோ வைக்கோல் வெட்ட முடியும்.

**தொற்று நீக்கம் செய்தல் (Sterilization)** : நன்கு ஊறவைத்த வைக்கோலை சிறப்பு வடிவம் கொண்ட அதிக வெப்பமும், உயர் அழுத்த நிலையும் ஏற்கும் வலிமை கொண்ட பாத்திரத்தில் இட்டு சுமார் ஒரு மணி நேரத்திற்கு நீராவி மூலம் வேக வைக்க வேண்டும். பின்பு வேக வைத்த வைக்கோலினை சுத்தமான சாக்கு படுதாவின் மேல் இட்டு, நிழலில் உலர வைக்க வேண்டும். நிழலில் உலர்ந்த பின் வைக்கோலைப் பிழிந்தால் அதிலிருந்து நீர் சொட்டக்கூடாது. ஆனால் கையில் ஈரம் ஒட்ட வேண்டும். இதுவே காளான் படுக்கை தயார் செய்ய ஏற்ற வைக்கோல் ஆகும். இதன் ஈரப்பதம் சுமார் 65 சதவீதமாக இருக்கும்.

**காளான் படுக்கை தயாரித்தல்** : ஒரு காளான் விதை புட்டியிலிருந்து இரண்டு காளான் படுக்கைகளை தயாரிக்கலாம். 60 செ.மீ உயரமும் 30 செ.மீ அகலமும் கொண்ட 80 காஜ் தடிமனுள்ள பாலித்தீன் பைகளை எடுத்துக் கொண்டு அவற்றின் மத்தியில் காற்றோட்டமாக இருப்பதற்காக சிறு துளையிட வேண்டும். பின்பு பாலித்தீன் பையின் அடிப்பாகத்தை நூல் கொண்டு நன்கு கட்டி, அடிப்பாகத்தை வட்டமாக இருக்குமாறு அமைத்துக் கொள்ள வேண்டும். பின்பு முதலில் 5 செ.மீ உயரத்திற்கு தயாரிக்கப்பட்ட வைக்கோலை இடவேண்டும். அதன் மேல்பரப்பில் சுமார் 30 கிராம் விதையைத் தூவ வேண்டும். அதன் மேல் இரண்டாவது அடுக்கு வைக்கோல் மற்றும் விதை தூவ வேண்டும். இவ்வாறாக ஐந்து அடுக்கு வைக்கோலும் நான்கு அடுக்கு விதையும் உள்ளவாறு நிரப்பப்பட்ட பாலித்தீன் பைகளை நுனியில் நூல் கொண்டு கட்டிவிட வேண்டும்.

இவ்வாறு தயாரிக்கப்பட்ட காளான் படுக்கைகளை, காளான் விதை பரவும் அறைக்குள் மர அடுக்குகள் மேல் வைக்க வேண்டும். காளான் படுக்கைகளில் காளான் வித்து வெண்ணிற பூசண இழைகளாக வளர்ந்து பலன் அளிக்க, இரகத்திற்கு ஏற்றவாறு 12 முதல் 15 நாட்களாகும்.

**சிப்பிக் காளான்**

**காளான் படுக்கை பராமரிப்பு** : காளான் விதை பைகளில் முழுவதும் பரவிய பின்பு, சுமார் 15 லிருந்து 20 நாட்களில் காளான் படுக்கைகளை காளான் விதை பரவும் அறையிலிருந்து காளான்

வளர்ப்பு அறைக்கு மாற்ற வேண்டும். பின்பு மெல்லிய கத்தியினால் பாலித்தீன் பையை கிழித்து எடுத்து விட வேண்டும். இவ்வாறு பாலீத்தீன் பை அகற்றப்பட்ட காளான் படுக்கையை அப்படியே காளான் வளர்ப்பு அறையில் வைத்துப் பராமரிக்க வேண்டும். முதல் நாள் நீர் தெளிக்கத் தேவையில்லை. அடுத்த நாளிலிருந்து இருமுறை (காலை, மாலை) தெளிப்பான் கொண்டு நீர் தெளிக்க வேண்டும். மிகவும் குளிர்ச்சியான காலங்களில் தேவைப்பட்டால் மட்டும், நீர் தெளித்தால் போதுமானாகும்.

## அறுவடை செய்தல் (Harvesting)

காளான் மொட்டுக்கள் தோன்றி 2 முதல் 3 நாட்களில் காளான் முழுவளர்ச்சி அடைந்து, அறுவடைக்குத் தயாராகிவிடும். முழுவளர்ச்சி அடைந்த காளான்களை படுக்கைகளிலிருந்து முழுவதுமாக அறுவடை செய்ய வேண்டும். முதல் அறுவடை ஒரு படுக்கையிலிருந்து சுமார் 200 முதல் 300 கிராம் வரை அறுவடை செய்யலாம். காளான் மகசூல் பயிரிடும் காளான் இரகம், விதையின் திறன், வளர்ப்பு அறையின் வெப்பநிலை ஆகியவற்றைப் பொருத்து வேறுபடும். முதல் அறுவடை செய்த பின் படுக்கையின் மேல்பரப்பைக் கத்தி கொண்டு சுரண்டி விட வேண்டும். இதிலிருந்து காளான்கள் 5 முதல் 7 நாட்களில் மீண்டும் தோன்றும். இரண்டாவது மற்றும் மூன்றாவது அறுவடைகளில் 100 முதல் 200 கிராம் வரை அறுவடை செய்யலாம். பொதுவாக ஒரு படுக்கையில் சுமார் 500 லிருந்து 600 கிராம் வரை காளான் கிடைக்கும்.

**அறுவடைக்குத் தாயாரான சிப்பிக் காளான்**

# 8. பால்காளான் வளர்ப்பு

**சிறப்பு குணங்கள்**

- பால் காளான் : தமிழகத்தில் பரவலாக வளர்க்கப்படும் கோ. 1, ஏ.பி.கே. 1 மற்றும் எம்.டி.யு. 1 ஆகிய காளான் இரகங்கள் பிளிரோட்டஸ் என்றும் சிப்பிக் காளான் வகையைச் சார்ந்தவை. ஆனால் ஏ.பி.கே. 2 பால் காளான் *கோலோசைபா இன்டிகா* என்னும் முற்றிலும் புதிதான வகையைச் சார்ந்தது.
  இக்காளான் முட்டைக் காளானைப் போன்றே குடை வடிவம் உடையது. பால் போன்ற வெண்மை நிறமுடையது. இவற்றின் தண்டுப் பகுதி சற்று தடித்திருக்கும். தண்டும் தலைப் பகுதியும் நல்ல சதைப் பிடிப்பு மிக்கவை.

- எளிய வளர்ப்பு முறை: அதிக முதலீடு இன்றி இக்காளானை எளிதாக வளர்க்கலாம். முட்டைக் காளான் வளர்ப்பிற்கு மக்கிய நெல் அல்லது கோதுமை வைக்கோல் பயன்படுத்தப்படுகிறது. ஆனால் பால் காளான் உற்பத்திக்கு மூலப்பொருட்களை மக்கச் செய்ய வேண்டிய அவசியம் இல்லை.

- ஏ.பி.கே. 2 பால் காளான் 25 முதல் 35°செ. வெப்பநிலையும், சுமார் 80 சதத்திற்குக் குறையாத காற்றின் ஈரப்பதமும் உள்ள சூழ்நிலையில் நன்கு வளரும். எனவே பரவலாக தமிழகத்தில் எல்லாப் பகுதிகளிலும் இக்காளானை வளர்க்கலாம்.

- அதிக விளைச்சல்: சராசரியாக 250 கிராம் உலர்ந்த வைக்கோல் கொண்ட ஒரு படுக்கைக்கு 356 கிராம் காளான் கிடைக்கும். கணக்கீட்டில் இது 143 சத விளைதிறனாகும்.

- ஏ.பி.கே-2 குறைந்த வயது: பொதுவாக படுக்கை தயாரித்ததிலிருந்து 24 முதல் 28 நாட்களில் முதல் அறுவடை கிடைக்கும். ஒரு முறை பயிர் சுழற்சிக்கு 45 முதல் 50 நாட்கள் ஆகும். முட்டைக் காளானை ஒப்பு நோக்கும் போது பால் காளான் குறைந்த வயதுடையது.

- சராசரியாக ஒரு காளானின் எடை 55 முதல் 60 கிராம் ஆகும். சில சமயங்களில் அதிகப்படியாக ஒரு காளானின் எடை 472 கிராம் என்ற அளவில் அறுவடை செய்யப்பட்டுள்ளது.

- சாதாரண சூழ்நிலையில் 3 முதல் 5 நாட்கள் வரை ஏ.பி.கே. 2 பால் காளானை கெடாது பாதுகாக்கலாம். இதனால் விற்பனையிலிருந்து சேமிப்பிற்கும், நீண்ட தூரம் எடுத்துச் சென்று விற்பதற்கும் ஏ.பி.கே. 2 பால் காளான் மிக மிக உகந்தது. மேலும் உலர்காளான் டப்பாக்களில் சூப் பொடி மற்றும் ஊறுகாய் போன்றவை தயாரிக்க பால் காளான் மிகவும் ஏற்றது.

- ஏ.பி.கே. 2 பால் காளானில் 32.3 சத புரதம், 0.7 சத கொழுப்பு மற்றும் 9.9 சத மாவுச் சத்து ஆகியன அடங்கியுள்ளன. தவிர இக்காளானில் 41.1 சத நார்ச் சத்து அடங்கி இருப்பது சிறப்பு அம்சமாகும். இதனால் வயிற்றுப் தற்போது சந்தையில் சிப்பிக் காளானின் விலை ரூ.150-200/கிலோ என்றிருக்கும் நிலையில் முட்டைக் காளானுக்கு இணையாக, பால் காளான் ரூ.200-250/கிலோ என்ற அளவுக்கு சந்தை மதிப்பு பெற்றுள்ளது. இதனால் பால் காளான் உற்பத்தியாளருக்கு சராசரியாக ரூ. 50-60/ கிலோ என்ற அளவுக்கு நிகர வருமானம் கிடைக்க வாய்ப்புள்ளது.

**வளர்ப்பு முறைகள்**

மூலப்பொருட்கள்: ஏ.பி.கே. 2 பால் காளானை உலர்ந்த நெல் வைக்கோல், மக்காச் சோளத் தட்டை, சோளம் மற்றும் கம்பு தட்டை, பாமரோசா புல், வெட்டிவேர் புல், கரும்புச் சக்கை, சோயாபீன்ஸ் மற்றும் நிலக்கடலை செடி போன்ற பல்வேறு பண்ணைக் கழிவுகளில் வளர்க்கலாம். ஆனால் வியாபார முறையில் வளர்ப்பதற்கு நெல் வைக்கோல் மிகவும் ஏற்றது.

காளான் வித்து: சிப்பிக் காளானைப் போன்றே திசு வளர்ப்பு, மூல வித்து, தாய் வித்து மற்றும் காளான் உற்பத்திக்குத் தேவையான வித்துக்களைத் தயாரிக்க வேண்டும். நன்கு முற்றிய சோளம் அல்லது நெற்கருக்காய் விதை தயாரிக்க ஏற்றது. அரை வேக்காடாக இவற்றை வேக வைத்து, 2 சதவிகித அளவுக்கு கால்சியம் கார்பனேட் உப்பு கலந்து பின் காலி குளுக்கோஸ் புட்டி அல்லது பாலிபுரோப்ளின் பைகளில் அடைத்து 15lb இராத்தல் நீராவி அழுத்தத்தில் ஆட்டோகிளேவில் சுமார் 1.5 முதல் 2 மணி நேரம் பாட்டில்களை வைத்து எடுக்க வேண்டும். பின்னர் சுத்தமான தொற்று நீக்கம் செய்யப்பட்ட அறையில் ஆராய்ச்சி நிலையத்திலிருந்து பெறப்பட்ட பால் காளான் பூசணத்தை மேற்கண்டவாறு தயாரித்த புட்டிகளில் கவனமாக இடவேண்டும். இப்புட்டிகளை சுத்தமான அறையில் பாதுகாக்க வேண்டும். சுமார் 10 முதல் 12 நாட்களில் பைகளில் பால் காளான் பூசணம் வளர்ந்து வெண்மையாகக் காட்சி அளிக்கும். இவ்வாறு தயாரிக்கப்பட்ட தாய் விதைப் பை ஒவ்வொன்றைக் கொண்டு மேலும் 25 காளான் விதைப் பைகள் தயாரித்து காளான் வளர்ப்பிற்குப் பயன்படுத்தலாம்.

உற்பத்திக்கேற்ற சூழ்நிலைகள் : பால் காளான் 25 முதல் 35 செ. வெப்பநிலையும், காற்றில் 85 சதவிகிதத்திற்கும் குறையாத ஈரப்பதமும் உள்ள சூழ்நிலையில் நன்கு வளரும். இக்காளான் வளர்ப்பிற்குத் தனியாக ஓலைக் குடிசைகள் தேவையில்லை. நிழலான ஒரு இடத்தில் இடுப்பளவிற்கு செவ்வகக் குழிகள் அமைக்க வேண்டும். குழியின் உட்புறச் சுவர்கள் சரியாத அளவிற்கு பூச்சு மண் கொண்டு பூசி விட வேண்டும். பின்னர் குழியின் மேற்பகுதியில் சற்று கெட்டியான நீல வண்ண பாலிதீன் பைகளைக் கொண்டு கூண்டு போன்று அமைக்க வேண்டும். இவ்வாறு அமைக்கப்பட வளர்ப்பு அறைகளில் அடுக்குகள் அமைத்து மேற்பூச்சு இட்ட பால் காளான் படுக்கைகளைப் பராமரிக்க வேண்டும். கூண்டினுள் நல்ல காற்றோட்டம் ஏற்பட வசதி ஏற்படுத்த வேண்டும். தவிர 1600 முதல் 3200 லக்ஸ் அளவிற்கு வெளிச்சமும் அவசியம்.

மேற்பூச்சு இடுவதற்கு முன் படுக்கையில் ஒரு அறையில் அடுக்குகளின் மேல் பராமரிக்கலாம்.

**பால் காளான் வளர்ப்பு**

**காளான் படுக்கை தயாரித்தல்:** சுமார் 60 x 30 செ.மீ அளவுள்ள பாலித்தீன் பைகளைப் பயன்படுத்தி ஏ.பி.கே. 2 பால் காளான் படுக்கைகளைத் தயாரிக்க வேண்டும். சிறு சிறு துண்டுகளாக வெட்டி உலர்ந்த நெல் வைக்கோலை சுமார் 1 மணி நேரம் தண்ணீரில் ஊற வைக்க வேண்டும். அதிகப்படியான தண்ணீரை வடித்து விட்டு வைக்கோல் துண்டுகளை ஒரு அண்டாவில் கொட்டி தேவையான அளவு தண்ணீரில் சுமார் 30 - 45 நிமிட நேரம் வேக வைக்க வேண்டும். பின்னர் நீரை வடித்து விட்டு வைக்கோல் துண்டுகளின் மேல் உள்ள அதிகப்படியான ஈரம் காயும் அளவிற்கு சுத்தமான இடத்தில் அவற்றை உலர்த்த வேண்டும். உலர்த்திய நிலையில் வைக்கோல் துண்டுகளில் சுமார் 60 சதவிகித ஈரம் இருக்கும் நிலையில் சிப்பிக் காளானைப் போன்றே அடுக்கு முறையில் வித்திட்டு உருளைப் படுக்கைகள் தயாரிக்க வேண்டும். ஒரு வித்துப் புட்டியைப் பயன்படுத்தி 2 அல்லது 3 உருளைப் படுக்கைகள் தயாரிக்கலாம். இப்படுக்கைகள் சுமார் 10-12 நாட்களில் வெண்மையாக மாறிவிடும். சில சமயங்களில் வைக்கோல் துண்டுகளை 60 நிமிட நேரம் ஆவியில் வேக வைத்து காளான் படுக்கை தயாரிக்க வேண்டும்.

**மேற்பூச்சு இடுதல்** : படுக்கைகளின் பூசண வளர்ச்சி நிறவடைந்த பின் அவற்றை சம அளவுள்ள இரண்டு அரைப் படுக்கைகளாக நடுவில் வெட்டி விட வேண்டும். பின்னர் ஒவ்வொரு அரைப் படுக்கையின் மேலும் சுமார் 1-2 செ.மீ உயரத்திற்கு மேற்பூச்சுக் - கலலைவயை சமமாக இடவேண்டும். மேற்பூச்சு இட சுண்ணாம்புச் சத்து மிகுந்த மணல் கலந்த கரிசல் மண் (கார அமில நிலை 8.0) நல்லது. மேற்பூச்சுக் கலவையை ஒரு மண் தொட்டியில் இட்டு லேசாக ஈரப்படுத்திய பின் 120 டிகிரி செல்சியஸ் வெப்பநிலையில் ஆட்டோ கிளேவ்களில் சுமார் 30 நிமிட நேரம் வைத்து எடுத்து பின் உபயோகிக்க வேண்டும்.

**படுக்கைகளின் பராமரிப்பு** : மேற்பூச்சு இட்ட பின் படுக்கைகளை பாலித்தீன் கூண்டுகளில் அமைத்துள்ள அடுக்குகளின் மேல் வைத்து பராமரிக்க வேண்டும். மேற்பூச்சுக் கலவையில் 50 - 60 சத ஈரப்பதம் இருக்குமாறு முறையாக தண்ணீர் தெளித்து வர வேண்டும் சுமார் 8 முதல் 10 நாட்களில் மேற்பூச்சுக் கலவையின் மேல் சிறிய காளான் மொட்டுகள் அதிக அளவில் தோன்றும். இவை வளர்ந்து அடுத்த 6 முதல் 3 நாட்களில் அறுவடைக்குத் தயாராகி விடும். நன்கு, முற்றி காளான் வித்துக்கள் வெண்மையாகக் கொட்டுவதற்கு முன்பே அறுவடை செய்து விட வேண்டும். முதல் அறுவடை முடிந்தபின் மேற்பூச்சுக் கலவையை லேசாகக் கிளறி விட்டுத் தொடர்ந்து தண்ணீர் தெளித்து வந்தால் படுக்கை தயாரித்த 45 முதல் 50 நாட்களுக்குள் 2 அல்லது 3 அறுவடைகள் செய்யலாம்.

**விளைச்சல்** : சராசரியாக 250 கிராம் உலர்ந்த வைக்கோல் கொண்ட படுக்கைக்கு 356 கிராம் காளான் கிடைக்கும். கணக்கீட்டின்படி இது 143 சத விளை திறனாகும். அறுவடை செய்த ஒரு காளானின் எடை சராசரியாக சுமார் 55 முதல் 60 கிராம் ஆகும். சில சமயங்களில் அதிகப்படியாக ஒரு காளானின் எடை 472 கிராம் என்ற அளவில் அறுவடை செய்யப்பட்டுள்ளது.

**சத்துப் பொருட்கள்** : ஏ.பி.கே. 2 பால் காளானில் ஈரப்பதம் 85.6 சதம், சாம்பல் சத்து 8.9 சதம், புரதம் 32.3 சதம், கொழுப்பு சத்து 0.67 சதம், மாவுப்பொருள் 9.85 சதம், நார்ப்பொருள் 41.10 சதம், இரும்புச்சத்து 0.03 சதம், சுண்ணாம்புச் சத்து 0.12 சதம், பாஸ்பரஸ் 0.80 சதம், சோடியம் 0.15 சதம், பொட்டாசியம் 4.52 சதம் என்ற அளவில் சத்துப் பொருட்கள் அடங்கி உள்ளன.

பால் காளான் உணவு வகைகள்: காளான் சூப், ஊறுகாய், வடகம், வறுவல், காளான் கறி, பிரியாணி, சமோசா, குரமா, காளான் - பிரட் சான்ட்விச் போன்ற பல்வேறு காளான் உணவு தயாரிக்க மிகவும் ஏற்றது. சிறு துண்டுகளாக வெட்டிய பால் காளானை ஒரு பிரஷர் குக்கர் அல்லது இட்லி பாத்திரத்தில் சுமார் 3 முதல் 5 நிமிடங்கள் மிகக் குறைந்த அளவு நீரில் வேக வைத்து பின்னர் சமையலுக்குப் பயன்படுத்த வேண்டும். தவிர பால் காளானை வேக வைக்கும் போது ஓரிரு துளிகள் விளக்கெண்ணெய் அல்லது ஒரு துண்டு இஞ்சி சேர்த்து வேக வைப்பதால் சமைத்த காளான்கள் மென்மையாகவும் சுவையுடனும் இருக்கும்.

## பால் காளான் படுக்கையின் உபயோகம்

### மாட்டுத் தீவனம்

நான்கு அறுவடையும் முடிந்த காளான் படுக்கைகளை சற்று காயவைத்து வெல்லப்பாகு சிறிது கலந்து மாடுகளுக்கு தீவனமாக கொடுக்கலாம். இதன் காரணமாக மாடுகள் அதிகம் பால் சுரப்பதாக கேரள வேளாண்மைப் பல்கலைக் கழகத்தில் கண்டறிந்துள்ளனர்.

### உரம்

அறுவடைகள் முடிந்த காளாண் படுக்கைகளை உரக்குழியில் போட்டு மக்க வைத்து நல்ல உரமாக உபயோகிக்கலாம்.

## காளானை பாதுகாக்கும் முறைகள்

1. காளானை பறித்த 16 மணி நேரத்திற்குள் உபயோகிக்க வேண்டும். அதற்கு மேல் அறையின் உஷ்ண நிலையில் காளான்கள் இருந்தால் கெட்டு விடும்.

2. காளான்கள் குளிர்பதன பெட்டியில் 3 நாட்கள் வரை கெடாமல் வைத்து உபயோகப்படுத்தலாம்.

3. அதிகப் படியான காளான்களை ஊறுகாய் போடுவதன் மூலமாகவும் காயவைத்து காற்று புகாத டின்களில் அடைத்து வைப்பதன் மூலமாகவும் 3 மாதம் முதல் 6 மாதம் வரை சேமித்து வைக்க முடியும்.

**காளான்களை நீண்ட தூரம் அனுப்பும் முறை**

காளான்களில் 90 சத எடை நீர்தான். இதனால் காளானை நாம் நீண்ட தூரம் அனுப்பும் போது பின்வருவனவற்றை கவனத்தில் கொள்ள வேண்டும்.

காளான்களில் நீண்ட தூரம் அனுப்பும் போது பாலித்தீன் பைகளில் அடைக்க வேண்டாம். அட்டைப் பெட்டியிலோ, ஓலைக் கூடையிலோ அல்லது மூங்கில் கூடையிலோ போதுமான அளவு இருக்க வேண்டும். அதிகப்படியான காளான்களை மிகுந்த அழுத்தத்தில் அடைத்து அனுப்பக்கூடாது.

**பால் காளான்**

**காளான் உணவு வகைகள்**

காளான் ஒரு முழு சைவ உணவு. இதில் புரதம் (புரோட்டின்) அதிகப்படியாக உள்ளது. மற்ற எந்த காய்கறி பழங்களை விட காளானில் புரதச் சத்து அதிகம் உள்ளது. காளானை சாதாரண

காய்கறி போல் நாம் வேண்டிய உணவு வகைகளை சமைத்து சுவையாக உண்ணலாம். இதில் காளான் சூப், காளான் கட்லட், காளான் பிரியாணி மற்றும் காளான் பஜ்ஜி குறிப்பிடத்தக்கவையாகும்.

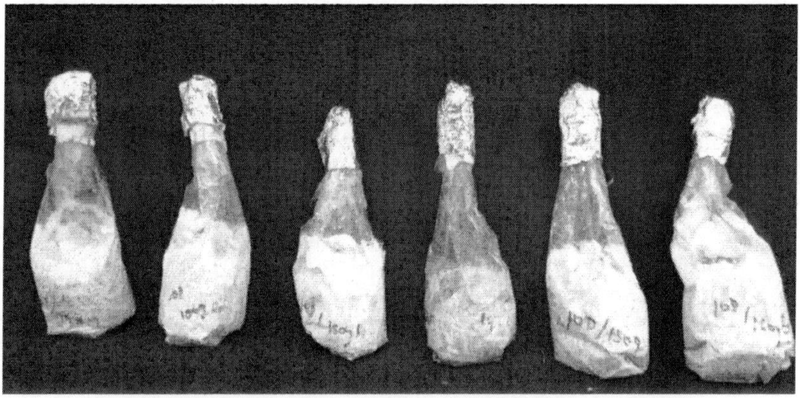

**தமிழகத்தில் வளர்க்கப்படும் மற்ற காளான்களுடன் ஏ.பி.கே. 2 பால்காளான் ஒரு ஒப்பிடு**

| குணாதியசங்கள் | சிப்பிக் காளான் | மொட்டுக் காளான் | பால் காளான் |
|---|---|---|---|
| வகை | *பிளிரோட்டஸ்* வகைகள் | *அகாரிகஸ் பைஸ்போஸ் அகாரிகஸ் பைடார்குவிஸ்* | *கேலோசைபா இன்டிகா* |
| மூலப்பொருள் | உலர்ந்த வைக்கோல் | வைக்கோலை மக்க வைத்துத் தயாரித்த குப்பை | உலர்ந்த வைக்கோல் |
| வளர்ப்பதற்கேற்ற வெப்பநிலை | 20-30$^0$செ | 15-25$^0$செ | 25-35$^0$செ |
| பயிர் சுழற்சி | 30-45 நாட்கள் | 85-100 நாட்கள் | 45-50 நாட்கள் |
| முதல் அறுவடைக்கு ஆகும் நாட்கள் | 10-25 | 60-70 | 24-28 |
| விளை திறன் | 80-100% | 30-35% | 143% |
| சேமிப்பு | 1-3 நாட்கள் | 3-5 நாட்கள் | 3-5 நாட்கள் |

# 9. வைக்கோல் காளான்

**வைக்கோல் காளான் விதை (ஸ்பான்) தயாரிப்பு**

**அடிப்படை ஸ்பான்/ வித்து / தாய்ப்பூசணம் வளர்ப்பு:**

திசு வளர்ப்பு நுட்பம் தூய காளானை கொண்டு வர பயன்படுகிறது, மேலும் காளான் வித்து தயாரிக்கவும் பயன்படுகிறது, இது காளான் சாகுபடிக்கு அவசியமான பொருளாகும். இந்த காய்ப்பூசணம் சோதனைக் குழாய்களில் உருளைக்கிழங்கு டெக்ஸ்ட்ரோஸ் அகர் ஊடகத்தில் வளர்க்கப்படுகிறது. நன்கு வளர்ந்த காளானிலிருந்து ஒரு சிறிய திசு ஒரு வளர்ப்பு அறையில் ஒரு சோதனைக் குழாயில் உள்ள உருளைகிழங்கு அகர் ஊடகத்திற்கு மாற்றப்படுகிறது. இந்த சோதனைக் குழாய்கள் பூஞ்சையின் முழு வெள்ளை வளர்ச்சிக்காக 10 நாட்களுக்கு அறை வெப்பநிலையில் வைக்கப்படுகின்றன. இது தாய் விதை (மதர் ஸ்பான்) தயாரிப்பதற்கு மேலும் பயன்படுத்தப்படுகிறது.

**வைக்கோல் காளான்**

**செயல்முறை**

1. அதிகாலையில் நன்கு வளர்ந்த, நோய் இல்லாத வைக்கோல் காளானை எடுத்து 2-3 மணி நேரம் சுத்தமான காகிதத்தில் வைக்கவும். அதில் உள்ள அதிகப்படியான ஈரப்பதம் ஆவியாவதற்கு.

2. வளர்ப்பு அறையில் கிருமிநாசினி (ஆண்டிசெப்டிக்) திரவம் பயன்படுத்தி சுத்தம் செய்யுங்கள்.

3. தொற்று நீக்கம் செய்யப்பட்ட உருளைக்கிழங்கு ஊடக சோதனைக் குழாய்கள், ரேஸர் பிளேடுகள், ∴போர்செப்ஸ் போன்றவற்றை அறைக்குள் வைத்து புற ஊதா விளக்கை ஒளிரவிடவும்.

4. 20 நிமிடங்களுக்குப் பிறகு புற ஊதா ஒளியை நிறுத்திவிட்டு 5 நிமிடங்களுக்குப் பிறகு வேலை செய்யத் தொடங்குங்கள்.

5. பன்சன் பர்னருக்கு அருகில் காட்டுவதன் மூலம் பயன்படுத்த வேண்டிய அனைத்து கருவிகளையும் கிருமி நீக்கம் செய்யுங்கள்.

6. காளானை எடுத்து, நீளவாக்கில் இரண்டு பகுதிகளாக திறக்கவும்.

7. பிளேட்டைப் பயன்படுத்தி பைலியஸ் மற்றும் ஸ்டைப்பின் சந்திப்பில் பிளவுபட்ட காளானின் மையத்திலிருந்து ஒரு சிறிய திசுக்களை வெட்டுங்கள்.

8. உருளைக்கிழங்கு ஊடக சோதனைக் குழாயின் பஞ்சினை அகற்றி, ஒரு கிருமி நீக்கம் செய்யப்பட்ட ∴போர்செப்ஸைப் பயன்படுத்தி திசுக்களை சோதனைக் குழாயின் உள்ளே வைத்து உடனடியாக அதை மூடவும்.

9. காளானிலிருந்து திசுக்களை மாற்றிய பின், குழாய்கள் ஒரு கம்பி கூடையில் அடுக்கப்பட்டு, பூஞ்சையின் வளர்ச்சிக்கு அறைவெப்பநிலையில் ஒரு சுத்தமான அறையில் வைக்கப்படுகின்றன.

10. குறிப்பிட்ட இடைவெளியில் சோதனை குழாயில் பூசண வளர்ச்சியை கவனித்து, அசுத்தமானவற்றை அகற்றவும். குழாய்கள் பத்து நாட்களுக்குள் பயன்படுத்த தயாராக இருக்கும். தாய் பூசணம் முழு வளர்ச்சி அடைந்த சோதனை குழாயில் இருந்து தாய் விதை (மதர் ஸ்பான் மற்றும் காளான் படுக்கை விதை தயாரிக்க பயன்படுத்தப்படுகிறது.

**கவனிக்க வேண்டிய முன்னெச்சரிக்கைகள்:**

- அறைக்குள் வேலை செய்யத் தொடங்குவதற்கு முன் கிருமிநாசி திரவத்தை உபயோகித்து கைகளைக் கழுவவும் முடிந்தால், கையுறைகளைப் பயன்படுத்துவது நல்லது.
- ஒரு நேரத்தில் அதிகபட்சம் இரண்டு நபர்கள் அறைக்குள் வேலை செய்வது நல்லது. அறைக்குள் வேலை செய்யும் போது தேவையற்ற பேச்சை தவிர்க்கவும்.
- காளான் மையத்திலிருந்து திசுவைப் பிரிக்கும் போது அது காளானின் அடிப்பகுதியையோ பக்கங்களையோ தொடக்கூடாது.

**வைக்கோல் காளான் விதைகள்**

**தாய் விதை (மதர் ஸ்பான்)**

தாய் விதை என்பது அடி மூலக்கூறு ஊடகத்தில் வளர்க்கப்படும் காளான் பூஞ்சை தவிர வேறில்லை. இங்கு சோளம் தானியங்களுக்குப் பதிலாக நறுக்கப்பட்ட நெல் வைக்கோல் போன்றவை ஸ்பான் தயாரிப்பிற்காகப் பயன்படுத்தப்படுகின்றன. தாய்

ஸ்பான் தயாரிப்பதில் சம்பந்தப்பட்ட பல்வேறு படிகள் இங்கே கீழே பட்டியலிடப்பட்டுள்ளன.

1. நெல் வைக்கோலை சிறிய பிட்டுகளாக வெட்டி குளிர்ந்த நீரில் 30 நிமிடங்கள் ஊற வைக்கவும்.

2. வைக்கோலை எடுத்து ஒரு மேடையில் ஒரு சணல் துணி மீது சமமாக பரப்பி 30 நிமிடங்கள் உலர வைக்கவும்.

3. 3/4 வது உயரம் வரை பாலிப்ரொப்பிலீன் பைகளில் வைக்கோலை நிரப்பவும், 10 கிராம் கொள்ளு பயறு தூளை கலந்து, பி.வி.சி வளையம் செருகவும், பையின் விளிம்புகளை கீழே மடிக்கவும், உறிஞ்சாத பருத்தி பஞ்சு மூலம் வாயை இறுக்கமாக மூடவும்

4. பருத்தி பஞ்சை ஒரு துண்டு காகிதத் தால் மூடி, ஒரு சணல் நூலால் இறுக்கமாக கட்டவும்.

5. ஆட்டோகிளேவுக்குள் பைகளை ஒழுங்குபடுத்தி 20 ராத்தல் அழுத்தத்திற்கு கீழ் 1 மணி நேரம் தொற்று நீக்கம் செய்யுங்கள்.

6. குளிர்ந்த பின் பைகளை எடுத்து வளர்ப்பு அறைக்குள் வைத்து புற ஊதா ஒளியை ஒளிரவிடவும்.

7. 20 நிமிடங்களுக்குப் பிறகு புற ஊதா ஒளியைத் நிறுத்திவிட்டு வளர்ப்பு அறையில் வேலை செய்யத் தொடங்குங்கள். விதை மாற்றம் செய்ய பயன்படும் ஊசியை வைத்து பூஞ்சையை இரண்டு சம பகுதிகளாக வெட்டி, ஒரு அரை பகுதியை ஒரு பைக்கு மாற்றவும். இதேபோல், மற்றொரு அரை பகுதியை மற்றொரு பைக்கு மாற்றவும்.

8. படுக்கை விதை தயாரிக்க பயன்பாட்டிற்காக 10 நாட்களுக்கு அறை வெப்பநிலையில் ஒரு சுத்தமான அறையில் விதை மாற்றம் செய்யப்பட்ட பைகளை வைத்து வளரவிடவேண்டும்.

**வைக்கோல் காளான் வளர்ப்பு**

**படுக்கை விதை (படுக்கை ஸ்பான்)**

படுக்கை விதை தயாரிக்கும் முறை தாய் விதை தயாரிப்புப் போன்றது. வேகவைத்தல், நிரப்புதல் மற்றும் தொற்று நீக்கம் செய்தல் ஆகியவை தாய் விதை போன்றது. தொற்று நீக்கம் செய்தபின், பைகள் காளான் வித்திட எடுக்கப்படுகின்றன.

**செயல்முறை**

1. கிருமி நீக்கம் செய்யப்பட்ட பைகள் வளர்ப்பு அறைக்குள் வைக்கப்பட்டு புற ஊதா ஒளியில் வைக்கப்படுகின்றன.

2. 20 நிமிடங்களுக்குப் பிறகு புற ஊதா ஒளியைத் நிறுத்திவிட்டு, நன்கு வளர்ந்த தாய் விதை (மதர் ஸ்பான்) எடுத்துக் கொள்ளுங்கள்.
3. ஒரு சிறிய அளவிலான தாய் ஸ்பான்னை தொற்று நீக்கம் செய்யப்பட்ட பைகளில் மாற்றவும்.

4. காளான் வித்திடப்பட்ட (இனாகுலேஷன் செய்த) பிறகு, பூஞ்சை வளர்ச்சிக்கு காளான் விதை (ஸ்பான்) பைகள் சுத்தமான அறையில் வைக்கப்படுகின்றன. (இது முதல் தலைமுறை படுக்கை ஸ்பான்)

5. படுக்கை தயாரிப்பதற்கு 10 நாட்கள் காளான் வித்திடப்பட்ட (இனாகுலேஷன் செய்த) பிறகு படுக்கை ஸ்பான் பயன்படுத்தவும்.

**கவனிக்க வேண்டிய முன்னெச்சரிக்கைகள்:**

- வைக்கோலை அதிக நேரம் ஊறவைப்பதைத் தவிர்க்கவும்.
- தரையில் வைக்கோலை காய வைக்க வேண்டாம். உயர்த்தப்பட்ட மேடையில் எப்போதும் சணல் துணியில் உலர வைக்கவும்.
- இரண்டாம் தலைமுறை படுக்கை விதையிலிருந்து காளான் விதை தயாரிப்பதை தவிர்க்கவும். இது காளான் விதையின் வீரியத்தை இழக்க வழிவகுக்கிறது மற்றும் மீண்டும் மீண்டும் இரண்டாம் தலைமுறை மூன்றாம் தலைமுறை படுக்கை ஸ்பான்னி லிருந்து காளான் வித்து தயாரிப்பது வீரியத்தை முழுமையாக இழக்க வழிவகுக்கிறது, இதில் பூஞ்சை வளர்ச்சி படுக்கைகளில் காணப்படலாம், ஆனால் காளான் வளர்ச்சி முற்றிலும் நின்றுவிடுகிறது.

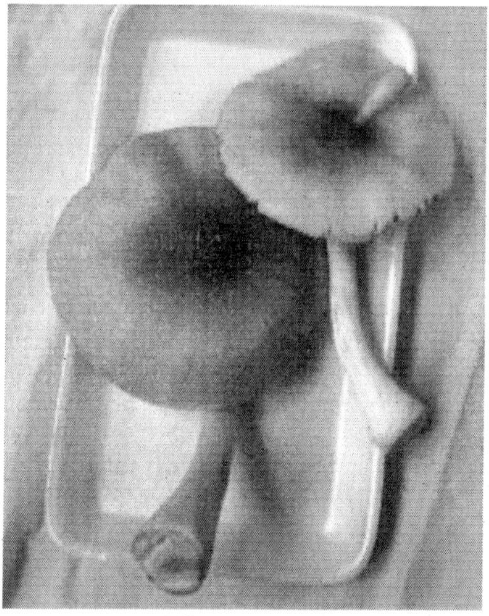

**வைப்கோல் காளான்**

**வைக்கோல் காளான் படுக்கை தயாரிப்பு மற்றும் சாகுபடி**

வைக்கோல் காளான் சாகுபடி கூரை வீட்டிகளிலும் மரத்தின் நிழலிலும் கூட செய்யலாம். புதிய, நோய் இல்லாத நெல் வைக்கோல் சிறந்த மூலக்கூறாக மூலக்கூ றாக பயன்படுகிறது. ஒரு படுக்கையைத் தயாரிக்க பத்து பதினைந்து கிலோ நெல் வைக்கோல் அவசியம். சமீபத்திய ஆண்டுகளில், இது 25-35$^0$செ. வெப்பநிலையையும் 75-80% ஈரப்பதத்தையும் பராமரிக்க பாலிஹவுஸ் வீடுகளுக்குள் பயிரிடப்படுகிறது.

**காளான் விதை தெளித்தல்**

**செயல்முறை:**

1. 1 மீ நீளம் மற்றும் 0.75 மீ அகலத்தில் மரப் பக்கங்களுடன் உயர்த்தப்பட்ட மேடையைத் தயார் செய்து நான்கு மூலைகளிலும் செங்கற்களின் ஆதரவில் வைக்கவும்.

2. ஒவ்வொன்றும் ஒரு கிலோ எடையுள்ள கட்டுக்களாக வைக்கோல் கட்டப்பட வேண்டும்.

3. வைக்கோல் கட்டுக்களை 12-18 மணி நேரம் தண்ணீரில் ஊற வைக்கவும்.

4. பின்னர் கட்டுக்களை வெளியே எடுத்து அதிகப்படியான தண்ணீரை வடிகட்டவும்.

5. மேடையில் கட்டுக்களை அவற்றின் தலை முனை ஒரு பக்கமாக வரும்படி வைக்கவும்.

6. தலை பகுதியை மற்ற திசையை நோக்கி வைப்பதன் மூலம் இரண்டாவது அடுக்கை உருவாக்குங்கள். (இந்த 8 கட்டுகளும் படுக்கையின் ஒரு அடுக்கை உருவாக்குகின்றன)

7. சிறிய அளவிலான விதை 8-12 செ.மீ விளிம்பிற்குள் 10-15செ.மீ இடைவெளியில் படுக்கையின் விளிம்பை சுற்றி வைக்கவும்.

8. காளான் விதை வைப்பதற்கு முன் ஒரு ஸ்பூன் நற நற என்று தூள் செய்யப்பட்ட பருப்பு தூளை தூவவும்.

9. மூன்றாவது அடுக்கு செய்ய வைக்கோல் கட்டுகளை முந்தைய அடுக்குக்கு சரியான கோணங்களில் குறுக்கு நெடுக்காக வைக்கவும்.

10. நான்காவது அடுக்கை உருவாக்க எதிர் தலை முனைகளுடன் வைக்கோல் கட்டுகளை வைக்கவும்.

11. மேலே குறிப்பிட்டபடி காளான் வித்துக்களை தூவி இந்த அடுக்குகளை உருவாக்குங்கள்.

12. வைக்கோல் கட்டுகளின் மற்றொரு அடுக்கை இதற்கு மேல் பரப்பவும், இதில் ஸ்பானை தூவ வேண்டாம்.

13. படுக்கையை முடிந்தவரை இறுக்கமாக சிறிது அழுத்தம் கொடுத்து அமைக்கவும், கண்ணாடி போன்ற பாலிதீன் தாளுடன் அதை மூடி வைக்கவும்.

14. படுக்கைகளை சில நாட்கள் ஆடாமல் அசையாமல் கலைக்காமல் வைத்திருங்கள்.

**வைக்கோல் காளான் படுக்கை**

**குறிப்பு:**

வைக்கோல் கட்டுகளை முறையாக ஊறவைத்தால் வழக்கமாக படுக்கைக்கு தேவையான ஈரப்பதம் இருக்கும். ஈரப்பதம் குறைவாக இருப்பது கண்டறியப்பட்டால், தண்ணீர் தெளிப்பானைப் பயன்படுத்தி தண்ணீர் தெளிக்கலாம். அவ்வாறில்லாமல், ஈரப்பதம் அதிகமாக இருப்பதைக் கண்டறிந்தால், ஈரப்பதத்தை சீராக்க பாலிதீன் கவர் ஓரளவு அகற்றப்பட வேண்டும்.

வைக்கோல் காளான் சாகுபடியின் வெற்றி படுக்கையில் உள்ள வெப்பநிலை மற்றும் ஈரப்பதத்தைப் பொறுத்தது. காளான் மொட்டுக்கள் உருவாக $30\text{-}35^0$ செ. வெப்பநிலை அவசியம். 6-10 நாட்களில் அனைத்து பக்கங்களிலிருந்தும் காளான்கள் சிறிய மொட்டுக்களாக தோன்றும், அவைகளை மேலும் 4-5 நாட்களில் அறுவடை செய்யலாம். காளான்கள் வளர்ந்த மொட்டுக்களாக தோன்றும் கட்டத்திலேயே அறுவடை செய்யப்பட வேண்டும், ஏனெனில் திறந்த ஸ்போரோகார்ப் அதிக நார்மயமாக இருக்கும். வழக்கமாக, 10 கிலோ வைக்கோலிலிருந்து 1-2 கிலோ காளான் அறுவடை செய்யலாம்.

**முறுக்கப்பட்ட வைக்கோல் முறை**

வைக்கோல் கட்டுக்கு பதிலாக, முறுக்கப்பட்ட வைக்கோலை சாகுபடிக்கு பயன்படுத்தலாம்.

**செயல்முறை**

1. வைக்கோலை சுமார் 5-8 மீ நீளம் மற்றும் 5-10 செ.மீ விட்டம் கொண்ட முறுக்கப்பட்ட கயிறுகளாக மாற்றவும்.

2. கயிறுகளை 12 மணிநேரத்திற்கு தண்ணீரில் மூழ்க வைக்கவும்.

3. வைக்கோல் கயிறுகளை எடுத்து அதிகப்படியான தண்ணீரை வடிகட்டவும்.

4. ஒரு மேடையில் ஜிக்ஜாக் முறையில் அவற்றை நீளமாக வைக்கவும்.

5. இதற்கு மேல் ஒரு வைக்கோல் கயிற்றை எதிர் திசையில் வைக்கவும். (இது படுக்கையின் முதல் அடுக்கை உருவாக்குகிறது)

6. நற நற என்று தூள் செய்யப்பட்ட பருப்பு தூளை தூவி, மேலே உள்ள விளிம்பை சுற்றி சிறிய காளான் விதையை தூவவேண்டும்.

7. மேலே விவரிக்கப்பட்டுள்ளபடி மற்றொரு அடுக்கை உருவாக்கி, காளான் விதை தூவவேண்டும்.

8. 4-5 அடுக்குகளை உருவாக்கி ஒவ்வொரு அடுக்கிலும் காளான் விதை தூவவேண்டும்.

9. படுக்கையை அழுத்தி இறுக்கமாக்கி பாலிதீன் தாள் கொண்டு மூடி வைக்கவும்.

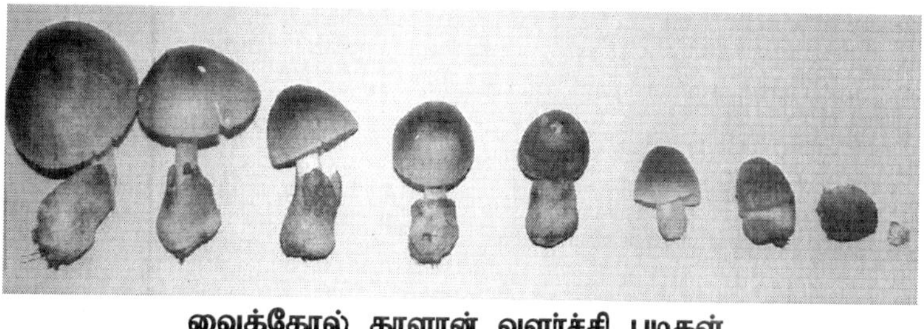

**வைக்கோல் காளான் வளர்ச்சி படிகள்**

# 10. மொட்டு காளான் வளர்ப்பு

**மொட்டுக் காளான் அடிப்படை விதை தயாரிப்பு மற்றும் தாய் பூசணம் வளர்ப்பு**

திசு வளர்ப்பு நுட்பம் உண்ணும் காளானிலிருந்து தூய காளான் விதை உற்பத்தி செய்யப் பயன்படுகிறது, இதனால் காளான் தாய் பூசணம் காளான் விதைத் தயாரிக்க பயன்படுகிறது, இது காளான் சாகுபடிக்கு அவசியமான பொருளாகும். இந்த தாய் பூசணம் உருளைக்கிழங்கு டெக்ஸ்ட்ரோஸ் அகர் ஊடகத்தினால் நிரப்பப்பட்ட சோதனைக் குழாயில் வளர்க்கப்படுகிறது. நன்கு வளர்ந்த காளானில் இருந்து ஒரு சிறிய திசு சோதனைக் குழாயில் உள்ள அகர் ஊடகத்திற்கு மாற்றப்படுகிறது. சோதனைக் குழாயில் பூசணம் முழு வளர்ச்சி அடைந்தவுடன் தாய் விதை மற்றும் காளான் படுக்கை விதை தயாரிக்க பயன்படுத்தப்படுகிறது.

**மொட்டுக் காளான்**

**செயல்முறை**

- அதிகாலையில் நன்கு வளர்ந்த, நோய் இல்லாத மொட்டு காளானை எடுத்து 2-3 மணி நேரம் சுத்தமான காகிதத்தில் வைக்கவும். அதில் உள்ள அதிகப்படியான ஈரப்பதம் ஆவியாவதற்கு.

- வளர்ப்பு அறையை கிருமிநாசினி (ஆண்டிசெப்டிக்) திரவம் பயன்படுத்தி சுத்தம் செய்யுங்கள்.

- தொற்று நீக்கம் செய்யப்பட்ட உருளைக்கிழங்கு அகர் ஊடகம் உள்ள சோதனைக் குழாய்கள், ரேஸர் பிளேடுகள், ∴போர்செப்ஸ் போன்றவற்றை அறைக்குள் வைத்து புற ஊதா விளக்கை ஒளிரவிடவும்.

- 20 நிமிடங்களுக்குப் பிறகு புற ஊதா ஒளியை நிறுத்திவிட்டு 5 நிமிடங்களுக்குப் பிறகு வேலை செய்யத் தொடங்குங்கள்.

- பன்சன் பர்னர் அருகில் பயன்படுத்த வேண்டிய அனைத்து கருவிகளையும் கிருமி நீக்கம் செய்யுங்கள்.

- காளானை எடுத்து, நீளவாக்கில் இரண்டு பகுதிகளாக திறக்கவும்.

- பிளேட்டைப் பயன்படுத்தி பைலியஸ் மற்றும் ஸ்டைப்பின் சந்திப்பில் பிளவுபட்ட காளானின் மையத்திலிருந்து ஒரு சிறிய திசுக்களை வெட்டுங்கள்.

- உருளைக்கிழங்கு அகர் ஊடகம் உள்ள சோதனைக் குழாயின் செருகியை அகற்றி, ஒரு கிருமி நீக்கம் செய்யப்பட்ட ∴போர்செப்ஸைப் பயன்படுத்தி கிருமி தொற்று இல்லமால் திசுக்களை சோதனைக் குழாயின் உள்ளே வைத்து உடனடியாக அதை மூடுடவும்.

- காளானிலிருந்து திசுக்களை மாற்றிய பின், சோதனைக் குழாய்கள் ஒரு கம்பி கூடையில் அடுக்கப்பட்டு, பூஞ்சையின் வளர்ச்சிக்கு அறை வெப்பநிலையில் ஒரு சுத்தமான அறையில் வைக்க வேண்டும்.

- குறிப்பிட்ட இடைவெளியில் சோதனைக் குழாய்களைக் கவனித்து, அசுத்தமானவற்றை அகற்றவும். பூசண வளர்ச்சி அடைந்த சோதனைக் குழாய்கள் பத்து நாட்களுக்குள் பயன்படுத்த தயாராக இருக்கும். தாய் பூசணத்திலிருந்து வளர்ச்சி அடைந்த சோதனைக் குழாயிலிருந்து தாய் விதை மற்றும் படுக்கை விதைத் தயாரிக்கபடுகிறது.

**கவனிக்க வேண்டிய முன்னெச்சரிக்கைகள்**

- அறைக்குள் வேலை செய்யத் தொடங்குவதற்கு முன் கிருமிநாசினி கைகளைக் கழுவவும் முடிந்தால், கையுறைகளைப் பயன்படுத்துவது நல்லது.

- ஒரு நேரத்தில் அதிகபட்சம் இரண்டு நபர்கள் அறைக்குள் வேலை செய்வது நல்லது. அறைக்குள் வேலை செய்யும் போது தேவையற்ற பேச்சை தவிர்க்கவும்.
- காளான் மையத்திலிருந்து திசுவைப் பிரிக்கும் போது அது காளானின் அடிப்பகுதியையோ பக்கங்களையோ தொடக்கூடாது.

**தாய் விதை**

தாய் விதை என்பது தானிய அடிப்படையிலான ஊடகத்தில் வளர்க்கப்படும் காளான் பூசணம் தவிர வேறில்லை. கோயம்புத்தூர், தமிழ்நாடு வேளாண்மை பல்கலைக்கலகத்தில் சோதனை செய்த பல மூலக்கூறு பொருட்களில், சோளம் தானியங்கள் காளான் பூசணத்தில் மேம்பட்ட வளர்ச்சிக்கு ஏற்ற சிறந்த மூலக்கூறு ஆகும். நன்கு நிரப்பப்பட்ட, நோய் இல்லாத சோள தானியங்கள் விதை வளர்ப்பதற்கு மூலக்கூறாகப் பயன்படுத்தப்படுகின்றன. தாய் விதை தயாரிப்பதில் சம்பந்தப்பட்ட பல்வேறு படிகள் இங்கே கீழே பட்டியலிடப்பட்டுள்ளன.

- பதர் மற்றும் சேதமடைந்த தானியங்களை அகற்றி சோளத்தை தண்ணீரில் நன்கு கழுவவும்.

- தானியங்களை ஒரு ஆட்டோகிளேவ் / பாத்திரத்தில் 30 நிமிடங்கள் வேகவைக்கவும்.

- வேகவைத்த தானியங்களை வெளியே எடுத்து ஒரு மேடையில் ஒரு சணல் விரிப்பின் மீது சமமாக பரப்பவும்

- வேகவைத்த, உலர்ந்த தானியங்களுடன் 20 கிராம் / கிலோ கால்சியம் கார்பனேட் (CaC03) நன்கு கலக்கவும்.

- பாலிப்ரொப்பிலீன் பைகளில் தானியங்களை முக்கால் பாகம் (தோராயமாக 250 கிராம் / பை) வரை நிரப்பவும், பி.வி.சி

வளையத்தை செருகவும், பையின் விளிம்புகளை கீழே மடித்து, உறிஞ்சாத பருத்தி பஞ்சு மூலம் வாயை இறுக்கமாக செருகி மூடவும்.

- பஞ்சினை செருகி ஒரு துண்டு காகிதம் வைத்து மூடி, பையின் கழுத்தை இறுக்கமாக சணல் நூலால் கட்டவும்.
- ஆட்டோகிளேவுக்குள் பைகளை ஒழுங்குபடுத்தி, 20lb இராத்தல் அழுத்தத்தில் 2 மணி நேரம் தொற்று நீக்கம் செய்யுங்கள்.
- குளிர்ந்த பின் பைகளை எடுத்து வளர்ப்பு அறைக்குள் வைத்து புற ஊதா ஒளியை ஒளிரவிடவும்.
- 20 நிமிடங்களுக்குப் பிறகு புற ஊதா ஒளியைத் நிறுத்தி விட்டு வளர்ப்பு அறையில் வேலை செய்யத் தொடங்குங்கள். விதை மாற்றம் செய்ய பயன்படும் ஊசியை வைத்து பூஞ்சையை இரண்டு சம பகுதிகளாக வெட்டி, ஒரு அரை பகுதியை ஒரு பைக்கு மாற்றவும். இதேபோல்,மற்றொரு அரை பகுதியை மற்றொரு பைக்கு மாற்றவும்.
- 15-18 நாட்களுக்கு அறை வெப்பநிலையில் ஒரு சுத்தமான அறையில் அறை வெப்ப நிலையில் விதை மாற்றம் செய்யப்பட்ட பைகளை வைத்து படுக்கை விதை தயாரிக்கலாம்

**குறிப்பு**

கால்சியம் கார்பனேட்டைக் கலப்பதன் நோக்கம் i) வேகவைத்த தானியங்களில் உள்ள அதிகப்படியான ஈரப்பதத்தை அகற்றுவது, ii) தானியங்களின் கார அமில நிலை நடுநிலையாக்குவது மற்றும் iii) தொற்று நீக்கம் செய்யப்பட்ட பிறகு தானியங்கள் ஒன்றோடு ஒன்று ஒட்டிக்கொண்டு கட்டியாவதை தவிர்ப்பதற்கு.

**படுக்கை ஸ்பான்**

படுக்கை விதை தயாரிக்கும் முறை தாய் ஸ்பான் தயாரிப்பதைப் போன்றது. வேகவைத்தல், நிரப்புதல் மற்றும் தொற்று நீக்கம்

ஆகியவை தாய் விதைக்கு செய்ததை போன்று செய்யவேண்டும். தொற்று நீக்கம் செய்தபின், பைகள் விதை மாற்றம் செய்யப்படும் .

**செயல்முறை**

- தொற்று நீக்கம் செய்யப்பட்ட பைகள் வளர்ப்பு அறைக்குள் வைக்கப்பட்டு புற ஊதா ஒளியில் வைக்கப்படுகின்றன.

- 20 நிமிடங்களுக்குப் பிறகு புற ஊதா ஒளியைத் நிறுத்தி விட்டு நன்கு வளர்ந்த தாய் விதை எடுத்துக் கொள்ளுங்கள்.
- தாய் விதையிலிருந்து கிருமி நீக்கம் செய்யப்பட்ட பைகளுக்கு ஒரு பைக்கு 10 கிராம் விதை மாற்றவும்.

- விதை மாற்றம் செய்யப்பட்ட பிறகு பூஞ்சை வளர்ச்சிக்கு ஸ்பான் பைகள் சுத்தமான அறையில் வைக்கப்படுகின்றன. (இது முதல் தலைமுறை படுக்கை விதை)

- படுக்கை விதை தயாரிப்பதற்கு 15 நாட்கள் விதை மாற்றம் செய்ய காளான் பைகளை அறை வெப்ப நிலையில் வைத்து பயன்படுத்தலாம்.

**கவனிக்க வேண்டிய முன்னெச்சரிக்கைகள்**

- சோளத்தை அரை வேக்காடாக வேக வைக்கவும்.

- வேக வைத்த சோளத்தை தரையில் காய வைக்க வேண்டாம். உயர்த்தப்பட்ட மேடையில் சணல் விரிப்பின் மீது எப்போதும் உலர வைக்கவும்

- வேக வைத்த சோளத்துடன் பரிந்துரைக்கப்பட்ட அளவு கால்சியம் கார்போனேட்டை (CaC03) ஐ மட்டும் பயன்படுத்தவும். ஓவர் டோஸ் கலப்பது விதை மாற்றம் செய்யப்பட்ட பைகளில் பூஞ்சை வளர்ச்சியைக் குறைக்கும்.

**காளான் மக்கு / கம்போஸ்ட் உரம் தயாரித்தல்**

சாகுபடிக்கான அடி மூலக்கூறு சிறப்பாக தயாரிக்கப்பட்ட கம்போஸ்ட் உரம் ஆகும். காளான் வீடுகளில் வெப்பநிலை கட்டுப்பாடு மற்றும் பேஸ்டுரைசேஷன் வசதிகள் இருக்க வேண்டும்.

கட்டிடங்கள் மரம் அல்லது ஹாலோ சிமெண்ட் செங்கற்கள் அல்லது இரட்டை சுவர்களால் கட்டப்பட்டிருக்க வேண்டும். கொட்டகை சிறிய சிறிய தடுப்பாக பிரிக்கப்பட்டு அடுக்கு அடுக்காக காளான் படுக்கைகள் வைப்பதற்கான தட்டுகளுடன் இருக்க வேண்டும். வெப்பநிலை,ஈரப்பதம் மற்றும் காற்றோட்டம் போன்ற சுற்றுச்சூழல் நிலைமைகள் பொருத்தமான உபகரணங்களை நிறுவுவதன் மூலம் கொட்டகைக்குள் கட்டுப்படுத்தப்படவேண்டும்.

**கம்போஸ்ட் தயாரித்தல்**

கம்போஸ்ட் உரம் என்பது காளான் மைசீலியம் வளர்ந்து காளான் மொட்டுக்களை உருவாக்கும் அடி மூலக்கூறு ஆகும். இது பல மீசோபிலிக் மற்றும் தெர்மோபிலிக் நுண்ணுயிரிகளால் வெளிவந்த நொதித்தல் செயல்முறையின் விளைவாகும், அவை தாவர எச்சங்கள், கரிம மற்றும் கனிமங்களை சிதைக்கின்றன. தரமான கம்போஸ்ட் உரம் அதிகமான காளான் விளைச்சலை கொடுக்கிறது. குதிரை எரு மற்றும் கோதுமை வைக்கோல் ஆகியவற்றிலிருந்து தயாரிக்கப்பட்ட கம்போஸ்ட் உரம் சிறந்தது. இந்த பொருட்கள் எளிதில் கிடைக்காததால், பல மாற்றீடுகள் பரிந்துரைக்கப்படுகின்றன மற்றும் பயன்பாட்டிலும் உள்ளன. கம்போஸ்ட் உரம் தயாரிப்பதற்கு இரண்டு முறைகள் உள்ளன, நீண்ட கால முறை மற்றும் குறுகியகால முறை. இந்த வேறுபாடு கம்போஸ்ட் உரம் தயாரிப்பதற்கு எடுக்கப்பட்ட காலத்தை

அடிப்படையாகக் கொண்டது மற்றும் நீண்ட கால முறைக்கு மூன்று முதல் நான்கு வாரங்கள் தேவைப்படுகிறது, அதே நேரத்தில் குறுகியகால முறைக்கு 12-15 நாட்கள் மட்டுமே தேவைப்படுகிறது, ஏனெனில் கம்போஸ்ட் உரம் தயாரிக்கும் செயல்முறை பேஸ்டுரைசேஷன் மூலம் விரைவுபடுத்தப்படுகிறது. கம்போஸ்ட் உரம் தயாரிப்பதற்கான நீண்ட கால முறையில், பேஸ்டுரைசேஷன் தவிர்க்கப்படுகிறது, இது கம்போஸ்ட் உர தரம் குறைந்ததாக மாறும் மற்றும் எதிர்பார்க்கும் விளைச்சலைக் கொடுக்காது.

**1) நீண்ட கால முறை**

கம்போஸ்ட்உரம் ஒரு சிமென்ட் தரையில் செய்யப்படுகிறது. இது திறந்த அல்லது கூரையின் கீழ் செய்யப்படலாம், ஆனால் அனைத்து பக்கங்களும் திறந்த நிலையில் இருக்க வேண்டும்.

**அ) இயற்கை கம்போஸ்ட் உரம்**

இந்த கம்போஸ்ட் உரம் பாரம்பரியமாக குதிரை எரு மற்றும் கோதுமை அல்லது பார்லியின் வைக்கோல் கழிவுகளைப் பயன்படுத்தி தயாரிக்கப்படுகிறது. இவை 4:3 என்ற விகிதத்தில் கலக்கப்படுகின்றன. மேலும் இந்த கலவையில், பொதுவாக ஒரு டன் அடி மூலக்கூறுக்கு 100 கிலோ கோழி எரு மற்றும் 5 கிலோ யூரியா சேர்க்கப்படுகின்றன. இந்த உரம் சுமார் ஒரு மீட்டர் உயரத்திற்கு குவியலாக வைக்கப்பட்டு, தொடர்ந்து பரிசோதிக்கப்பட்டு, அம்மோனியா வாசனையை வெளிப்படுத்தும் போது மீண்டும் மீண்டும் கிளறிவிடப்பபடுகிறது. இது ஒவ்வொரு மூன்று - நான்கு நாட்களுக்கும் செய்யப்பட வேண்டும். இறுதியாக ஒவ்வொரு டன்னிலும் 25 கிலோ ஜிப்சம் சேர்க்கப்படுகிறது.

**ஆ) செயற்கை கம்போஸ்ட் உரம்**

பல்வேறு முறைகள் கடைப்பிடிக்கப்படுகிறது. ஒவ்வொரு முறையும் அதில் பயன்படுத்த வேண்டிய பொருட்கள் பொருட்களின் இருப்பிடம் மற்றும் கிடைக்கும் தன்மைக்கு ஏற்ப மாறுபடும்.

**இந்தியாவில் பரவலாகப் பயன்படுத்தப்படும் செயற்கை கம்போஸ்ட் உரம் தயாரிக்கும் முறை கீழே கொடுக்கப்பட்டுள்ளது**

கோதுமை வைக்கோல்
(10 செ.மீ வரை வெட்டப்பட்டது) : 250 கிலோ
கோதுமை தவிடு : 25 கிலோ
கால்சியம் அம்மோனியம்

நைட்ரேட்டின் அம்மோனியம் சல்பேட் : 4 கிலோ
யூரியா : 3 கிலோ
ஜிப்சம் : 20 கிலோ

நறுக்கப்பட்ட கோதுமை வைக்கோலை தரையில் பரப்பி, தண்ணீர் நன்கு தெளித்து வைக்கோலை ஈரமாக்க வேண்டும். ஜிப்சம் தவிர அனைத்து பொருட்களையும் கலக்கவும். இறுதியாக கலவையானது ஒரு மீட்டர் உயரத்திற்கு குவித்து வைக்கப்பட்டு மர பலகைகளைப் பயன்படுத்தி இறுக்கப்படவேண்டும். இந்த குவியலை அவ்வப்போது 5,10, 14, 18, 22 மற்றும் 26 வது நாட்களில் புரட்டி போடவேண்டும். ஜிப்சம் 14 வது நாள் மற்றும் 18 வது நாளில் இரண்டு சம அளவாக பிரித்து சேர்க்கப்படவேண்டும். 22 வது நாளில் பூச்சிக் கொல்லிகளை ஒரு டன் அடி மூலக்கூறுக்கு 40-50 மில்லி சேர்ப்பது நல்லது. காளான் படுக்கைகளில் பூச்சிகளும் ஒரு பிரச்சனையாக இருக்கும், எனவே குவியலை கடைசியாக புரட்டிபோடும்பொழுது 10-15 மில்லி மாலதியோனும் சேர்க்கப்பட்டு போதிய அளவு தண்ணீரை குவியல் மீது தெளிக்கவேண்டும்.

**கம்போஸ்ட் மக்கு தயாரித்தல்**

## 2. குறுகிய கால முறை

குறுகிய கால கம்போஸ்ட் உரம் இரண்டு கட்ட செயல்பாடுகளை உள்ளடக்கியது, வெளிப்புற உரம் மற்றும் நீராவி பேஸ்டுரைசேஷன்.

பொதுவாக பயன்படுத்தப்படும் கம்போஸ்ட் உரம் தயாரிக்கும் முறை கீழே கொடுக்கப்பட்டுள்ளது:

நறுக்கிய கோதுமை வைக்கோல் : 100 கிலோ

| | |
|---|---|
| கோழி உரம் | : 400 கிலோ |
| பார்லி | : 72 கிலோ |
| யூரியா | : 14.5 கிலோ |
| ஜிப்சம் | : 30 கிலோ |

**கட்டம்: I**

**வெளிப்புற கம்போஸ்ட்உரம்**

பார்லி மற்றும் கோழி எரு ஆகியவை கோதுமை வைக்கோலில் சேர்க்கப்பட்டு, போதுமான அளவு தண்ணீரைச் சேர்த்த பிறகு குவித்து வைக்கப்படுகின்றன. ஒவ்வொரு குவியலும் 3.3 x 2.5 x 1 மீ அளவு இருக்கலாம். 2, 4, 6 மற்றும் 8 வது நாட்களில் குவியல்கள் புரட்டி போடப்பட வேண்டும். கார அமிழநிலை 8.5 ஆக சரிசெய்யப்பட வேண்டும், பின் பாஸ்டுரைசேஷனுக்காக தட்டுகளில் கம்போஸ்ட் உரம் நிரப்பப்பட்டவேண்டும்.

**கட்டம்: II**

**நீராவி பேஸ்டுரைசேஷன்**

ஒரு ஏரோபிக் நொதித்தல் ஏற்படவும் கம்போஸ்ட் உரம் உள்ளே $52\text{-}60^0$ செ. இடையே வெப்பநிலை பராமரிக்கப்படவும் நீராவி அல்லது உலர்ந்த வெப்பம் செலுத்தப்படும். வழக்கமாக இது காற்று புகாத நன்கு சீலிடப்பட்ட ஒரு அறையில் செய்யப்படும், அங்கு தட்டுகள் சரியாக வைக்கப்பட்டு, அனைத்து கதவு சன்னல்கள் காற்று புகாதபடி மூடப்பட்டு 2 அல்லது 4 நாட்களுக்கு வெப்பநிலையை $52\text{-}54^0$ செ. ஆக உயர்த்த நீராவி செலுத்தபடும். அதன் பிறகு உரம் வெப்பநிலை மேலும் நான்கு மணிநேரங்களுக்கு $58\text{-}60^0$ செ. ஆக உயர்த்தப்படும், பின்னர் நீராவி வழங்கல் துண்டிக்கப்பட்டு அனைத்து கதவு சன்னல்களும் திறக்கப்பட்டு காற்றோட்டம் ஏற்படுத்தப்படும்.

**மொட்டு காளான் விதை தெளித்தல்**

**அ) தட்டு முறை சாகுபடி**

தயாரான கம்போஸ்ட் உரத்தை தட்டுகளில் மேலே இருந்து சுமார் 5 செ.மீ இடைவெளிவிட்டு நிரப்ப வேண்டும். வெவ்வேறு வகையான காளான் விதை தெளிப்பு முறைகள் உள்ளன. அவைகளை கீழே காணலாம்:

**1. ஒற்றை அடுக்கு விதை தெளித்தல்**

தட்டில் உள்ள கம்போஸ்ட் உரம் மேற்பரப்பில் விதை ஒரே மாதிரியாக தெளிக்கவேண்டும், பின்னர் அதன் மீது மெல்லிய அடுக்கு போன்று கம்போஸ்ட் உரத்தை தூவி மூடவேண்டும். ஒரு ஸ்கொயர் மீட்டர் படுக்கைக்கு 200 கிராம் விதை தேவை.

**2. இரட்டை அடுக்கு விதை தெளித்தல்**

தட்டுகள் பாதி நிரப்பப்பட்டு, விதை ஒரே மாதிரியாக தெளிக்கவேண்டும். பின்னர் தட்டு முழுவதுமாக கம்போஸ்ட் உரம் நிரப்பப்பட்டு, மேலே கூறியது போல மீண்டும் விதை ஒரே மாதிரியாக தெளித்து கம்போஸ்ட் உரத்தால் மெலிதாக மூடவேண்டும்.

3. **முழுமையாக கம்போஸ்டுடன் கலந்து காளான் விதை தெளித்தல்:** தேவையான அளவு விதை கம்போஸ்ட் உரத்துடன் கலக்கப்பட்டு தட்டுக்களில் அல்லது பாலிதீன் பைகளில் நிரப்பப்படுகிறது

**4. விதைத்தல் புள்ளி முறை**

கம்போஸ்ட் உரம் தட்டுக்களில் நிரப்பப்பட்டு 2.5 முதல் 5 செ.மீ ஆழமுள்ள துளைகள் 8-12 செ.மீ இடைவெளியில் வரிசையாக விரல்களால் போடப்பட்டு, சுமார் 5 கிராம் விதை துவாரங்களுக்குள் போட்டு கம்போஸ்ட் உரத்தால் மெலிதாக மூடவேண்டும்.

படுக்கைகளை தொற்று நீக்கம் செய்யப்பட்ட செய்தித்தாள்களால் மூடி, கம்போஸ்ட் உரத்தில் உள்ள ஈரப்பதத்தை பராமரிக்க காகிதங்களில் தண்ணீர் தெளிக்கப்பட வேண்டும். $25^0$செ. வெப்பநிலையுடன் 90 சதவிகிதம் ஈரப்பதம் இருக்கவேண்டும். காளான் பூசண வளர்ச்சி15 நாட்களில் நிறைவடையும், அதன் பின் மண் பூச்சு பூச வேண்டும்.

**ஆ) காளான் சாகுபடி - பை முறை:**

இந்த முறையில் 150 கேஜ் தடிமன் கொண்ட 35 ”x 24” அளவுள்ள பாலிதீன் பைகள் பயன்படுத்தப்படுகிறது. விதை மற்றும் கம்போஸ்ட் உரம்; 500-750 கிராம் / 100 கிலோ என்ற விகிதத்தில் கலக்கப்படுகிறது. பின்னர் இந்த கலவை பாலிதீன் பைகளில் 15-20 கிலோ / பையில் என்ற விகிதத்தில் நிரப்பபப்பட்டு. இறுதியாக, படுக்கைகள் செய்தித்தாளை வைத்து மூடவேண்டும்.

**மொட்டு காளான் - மண் பூச்சு உறை மற்றும் சாகுபடி**

மண் பூச்சு உறை என்பது மொட்டுக்களைத் தூண்டுவதற்காக காளான் படுக்கையின் மீதுள்ள மண்ணின் மெல்லிய பூச்சு அடுக்கை தவிர வேறில்லை. மண் பூச்சு உறைக்கு வெவ்வேறு பொருட்கள் வெவ்வேறு விகிதத்தில் கலந்து கலவையாக பயன்படுத்தப்படுகிறது. பொதுவாக பயன்படுத்தப்படும் மண் பூச்சு உறை கலவை கீழே கொடுக்கப்பட்டுள்ளது.

| மண்பூச்சுக் கலவை | விகிதம் |
|---|---|
| கம்போஸ்ட் உரம்: மணல்: சுண்ணாம்பு | 4: 1: 1 |
| கம்போஸ்ட் உரம்: தொழுவுரம்: களிமண் | 2: 1: 1 |
| தொழுவுரம்: களிமண் | 1: 1 |
| களிமண் : மணல் | 1: 1 |

மண் பூச்சு உறை மண்ணில் 80% நீர் வைத்திருக்கும் திறன் இருக்க வேண்டும், கார அமில நிலை 6-7 - 8.2 (சிறந்தது: 7.7). கூடுதலாக இது நல்ல காற்றோட்டம் பெற அதிக நுண்துளை ஏற்படுமாறு மண் பூச்சு உறை மண்ணை பொலபொலவென வைத்திருக்க வேண்டும்.

**மொட்டுக்காளான் வளர்ப்பு**

மொட்டுக் காளான் வளர்ப்பு

**மண் பூச்சு உறை கலவைபொருட்களை தொற்று நீக்கம் செய்யும் முறைகள்:**

மண் பூச்சு உறை கலவைபொருட்களை பயன்பாட்டிற்கு முன் தொற்று நீக்கம் செய்யப்பட வேண்டும். இரசாயன முறை மற்றும் நீராவியில் தொற்றுநீக்கம் ஆகியவை பின்பற்றப்படும் இரண்டு முக்கியமான முறைகள்.

**மண் பூச்சு உறை கலவைமண்ணை பூசுவதற்கான நடைமுறை:**

- செய்தித்தாளை அகற்றி, 3-4 செ.மீ தடிமன் கொண்ட உறை மண்ணைப் பூசி மெதுவாக அழுத்தவும்.
- வெப்பநிலையை $24^0$ செ. மற்றும் ஈரப்பதத்தை 100% ஒரு வாரத்திற்கு வைத்திருங்கள்.
- ஒரு வாரத்திற்குப் பிறகு வெப்பநிலையை $15\text{-}18^0$ செ. ஆகவும், ஈரப்பதத்தை 85-90% ஆகவும் குறைக்கவும்.

12-15 நாட்களுக்கு பின் சிறிய மொட்டுக்கள் தோன்றும், இதிலிருந்து 10 நாட்களில் அறுவடை செய்ய தொடங்கலாம், வாரம் ஒரு அறுவடை என 6-8 வாரங்களுக்கு காளான் அறுவடை செய்யலாம்.

பாலித்தின் பைகளில் 20 கிலோ உரத்திலிருந்து பொதுவாக 4 கிலோ காளான் அறுவடை செய்யலாம். தட்டு அமைப்பைப் பொறுத்தவரை, மகசூல் 6-8 கிலோ / சதுர மீட்டர் வரை கிடைக்கும்.

இளம் மொட்டுகளுக்கு இடையூறு ஏற்படாமல், முழுமையாக வளர்ந்த காளானை மெதுவாக திருகி களான்களை அறுவடை செய்யலாம். பின்வருபவை காளானின் வெவ்வேறுவளர்ச்சி நிலைகள் பொத்தான் போன்ற மொட்டு நிலையே அறுவடைக்கு சரியான நிலை, மற்ற நிலைகள் தரமற்ற காளானை அளிக்கின்றன.

**அறுவடை செய்யப்பட்ட காளான்**

**அறுவடையின் நிலைகள்**

மொட்டுக்காளான்: மூடிய சவ்வு கொண்ட காளான் அளவு – மொட்டுக்காளானின் குடையின் விட்டம் 3-6 செ.மீ மற்றும் 2 செ.மீ நீளமுள்ள தண்டு கொண்டது.

குடையின் அமைப்பு திறந்த சவ்வுடன் 2.5 செ.மீ நீளமுள்ள தண்டுடன் காணப்படும்.

குடையின் அடிப்பகுதியில் கில்ஸ் அல்லது பிளேட்டுகள்: முழுமையாக திறக்கப்பட்ட காளான், இது ”டி” வடிவத்தில் ஒரு தண்டுடன் உள்ளது. குடையின் விட்டம் 6-7 செ.மீ, தண்டின் நீளம் 2.5-3 செ.மீ.

அறுவடை செய்யப்பட்ட காளான்கள் அழுக்கு மற்றும் மண் துகள்களை அகற்றி சுத்தம் செய்யப்பட்டு பாலிதீன் பைகளில் அடைக்கப்பட்டு விற்பனைக்கு அனுப்பப்படுகின்றன.

# 11. காளான் சாகுபடி - பூச்சி, நோய் மற்றும் களை மேலாண்மை

காளான் சாகுபடியில் மகசூலைப் பெரிதும் பாதிப்பது பூச்சி, நோய் மற்றும் களை, நோய் மற்றும் பூச்சிகளின் தாக்குதலாகும். இதன் காரணமாக காளான் உற்பத்தி செய்வதற்கான ஆர்வம் காளான் சாகுபடி யாளர்களிடம் பெரிதும் குறைந்து காணப்படுகிறது. காளான் உற்பத்தியில் வரும் இடையூறுகளை முறையே அறிந்து கொண்டு அவற்றை நாம் கட்டுப்படுத்துவது மிகவும் இன்றியமையாததாகும்.

## அ. காளான் சாகுபடியில் காணப்படும் பூச்சிகள்

காளான் உற்பத்தியின் போது பல்வேறு விதமான பூச்சிகள் மற்றும் பேன்கள் தாக்குகின்றன. அவற்றுள் மிகவும் முக்கிய மானவை சியரிட் ஈ, போரிட் ஈ, மற்றும் ஸ்பிரிங்டெயில் ஆகும்.

**காளானை தாக்கும் போரிட் ஈ**

### 1. ஈக்கள்

காளான் ஈக்களின் தாக்குதலாய் 50 சதவிகிதம் வரை மகசூல் குறைகிறது. காளான் ஈ தாக்கப்பட்ட படுக்கைகளில் பூசண இழை ஓட்டம் அங்கும் இங்கும் காணப்படும். பூசண இழை சீராகப் பரவும் தில்லை. படுக்கைகளில் சிறிய புழுக்கள் இருப்பதை அதிக அவவில் காணமுடியும், ஈக்களின் இனப்பெருக்கம் அதிகமாக காணப்படுவதால் படுக்கைகள் அழுகி விடும். இவ்வாறு தாக்கப் பட்ட படுக்கைகளில்

இருந்து வரும் ஈக்கள் மற்ற படுக்கைகளையும் சென்று பாதிக்கின்றன. தாக்குதலுக்கு உட்பட்ட படுக்கைகளில் இருந்து வரும் காளான்களில் தண்டுப் பகுதிகளில் புழுக்களின் துளைகள் காணப்படும்.

**2. ஸ்பிரிங் டெயில்**

இவ்வகை பூச்சியானது மிகவும் சிறியதாக காணப்படும். இவை கொலம் போலா என்ற இனத்தை சார்ந்தது. இந்தப் பூச்சி யானது பூசண இழைகளை தின்று விடும். இதனால் படுக்கைகளில் காளான் மொட்டுக்கள் வராது. காளான் மொட்டுக் கள் தோன்றிய பிறகு தாக்கினால், தாக்கப்பட்ட காளானில் மேற் பகுதி பழுப்பு நிறத்தில் காணப்படும். காளான் குடையின் கீழ் காணப்படும் செதில்களை சாப்பிட்டு இரண்டு செதில்களுக்கு இடையே மறைந்துகொள்ளும். தாக்கப்பட்ட செதில்கள் ரம்பத்தின் பற்கள் போன்று காணப்படும். காளானின் தண்டுப் பகுதியையும் சுரண்டித் தின்றுவிடும். இப்படி தாக்கப்பட்ட காளான்கள் விலை போகாது. இந்த பூச்சியானது இலை பேன் போன்று மிகவும் சிறியதாக சாம்பல் நிறத்தில் காணப்படும்.

**ஆ. காளானைத் தாக்கும் களைகள் மற்றும் நோய்கள்**

காளானின் மகசூலை பெரிய அளவில் பாதிப்பது களைகள் மற்றும் நோய்கள் ஆகும். இவற்றில் பாக்டீரியல் அழுகல் நோய் மற்றும் பச்சைப் பூசணக்கின் தாக்குதலால் 70-80$^{0}$ சதம் மகசூல் இழப்பு ஏற்படுகிறது.

**1. குப்பைக் காளான் (*கொப்ரைனஸ் கொமேட்டஸ்*)**

குப்பைக் காவானின் தாக்குதல் காணப்பட்டால், படுக்கையில் மெலிந்த நீண்ட வெள்ளைத் தண்டோடு சிறிய மொட்டுக்கள் காணப்படும். காளான் விரியும் போது கறுப்பாக மாறி படுக்கையும் கறுப்பாகத்தோன்றும். படுக்கையில் அமோனிய வாயு அதிகமாகும் போதும், அதிக ஈரப்பதம் இருக்கும் போதும் இவை தோன்றும். குப்பைக் காளான் தாக்கிய படுக்கையில் மகசூல் முற்றிலும் குறைந்துவிடும்.

**2. பச்சைப் பூசணங்கள்**

பச்சைப் பூசணங்கள் ட்ரெக்கோடர்மா மற்றும் பெனிஸிலியம் போன்ற பூசணங்கள் காளான் படுக்கைகளைத் தாக்கி காளான் படுக்கை முழுவதும் பரவி காளான் வளர்ச்சியையும் தடுக்கிறது.

இதனால் காளான் மொட்டு மற்றும் காளான் உற்பத்தி முற்றிலுமாக பாதிக்கப்படுகிறது.

**காளான் அழுகல் நோய்**

இது *சூடோமோனாஸ் டொலாசி* என்ற பாக்டிரியாவின் தாக்குதலால், வருகிறது. காளான் கொட்டகைக்குள் ஈரப்பதம் 85%க்கு அதிகமாகும் போதும், வைக்கோலலின் ஈரமும் அதிகமாக காணப்படும் போது அழுகல் நோய் வருகிறது. காளான் வித்தின் பூசண இழை பரவும்போது நோய் தாக்குதல் காணப்பட்டால் படுக்கைகள் மஞ்சள் நிறத்தில் காணப்படும். படுக்கை முழுதும் அழுகிவிடும். ஆனால் காளான் மொட்டுகள் தோன்றும்போது பூசண இலைகளின் வளர்ச்சி பாதிக்கப்பட்டு காளான் பூசணம் முற்றிலும் அழுகிப் போய், பழுப்பு நிறத்துடனும், துற்நாற்றத்தோடும் காணப்படும். இந்தப் படுக்கையில் இருந்து தண்ணீர் தெளிக்கும்போது அருகாமையில் இருக்கும் படுக்கைகள் மீது தண்ணீர் படுவதால் பாக்டீரியா அழுகல் நோய் தீவிரமாக காளான் கொட்டகை முழுவதும் பரவுகிறது.

**நோய் மற்றும் பூசண மேம்பாடு**

- தாக்கப்பட்ட படுக்கைக்களை உடனடியாக அப்புறப்படுத்தி அழிக்க வேண்டும்.

- தாக்கப்பட்ட படுக்கைகளின் மேல் தண்ணீர் தெளிக்கும் அருகில் உள்ள படுக்கைகளில் பரவுவதால் படுக்கைகளை தினமும் கண்கானித்து வர வேண்டும் நோயை கட்டுப்படுத்த தண்ணீருடன் ஒரு லிட்டருக்கு 2 கிராம் பிளீச்சிங் பவுடர் கலந்து தெளிக்க வேண்டும்.

- வைக்கோலில் ஈரப்பதம் 60-65 சதம் இருக்க வேண்டும். அதற்கு அதிகமாக இருக்கக் கூடாது. கானான் கொட்டைக்குல் 80 சதத்திற்கு மேல் காற்றின் ஈரப்பதம் மிகாமல் இருத்தல் இன்றியமையாதது.

- காளான் கொட்டகையை 45 நாட்களுக்கு ஒரு முறை தொற்று நீக்கம் செய்தாக வேண்டும். மேலும் காளான் கொட்டகையை சாலை ஓரங்களில் அமைத்தல் கூடாது.

- எப்போதும், கெடாத தரமான படுக்கை வித்துக்களையே பயன் படுத்தவேண்டும்.

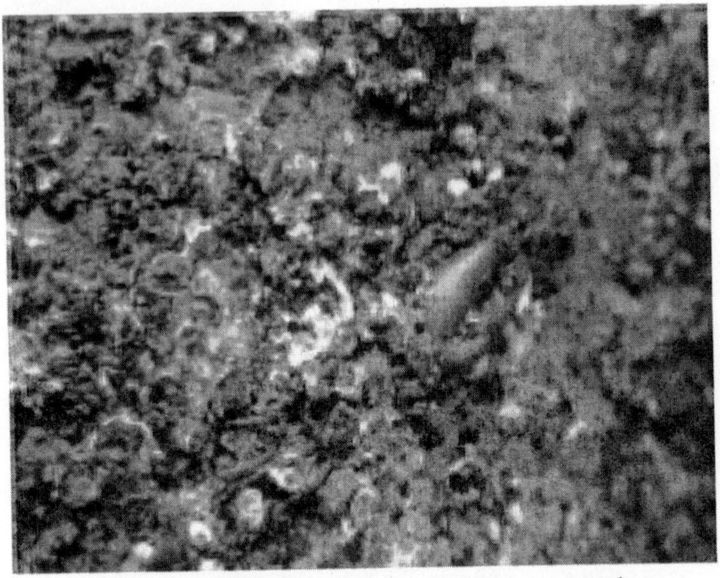

**காளான் படுக்கையை தாக்கும் களை பூசணம்**

**ஒருங்கிணைந்த கட்டுப்பாடு**

- காளான் படுக்கை தயார் செய்ய பயன்படுத்தப்படும். வைக் கோல், புதியதாக இருக்க வேண்டும்.

- பதப்படுத்தப்பட்ட வைக்கோலில் 60-65 சதத்திற்கு மேல் ஈரம் இருக்கக்கூடாது.

- வேக வைத்த வைக்கோலை சுத்தமான இடத்தில் தரையில் படாமல் நன்கு காய்ந்த சாக்கு படுதாக்களின் மேல் காயப் போட வேண்டும். காய வைக்கும் இடத்திற்கு அருகாமையில் குப்பைக் குழிகள் இருக்கக் கூடாது.

- வேக வைக்கப்பட்ட வைக்கோலை காய வைக்கும் போது மாலத்தியான் மருந்தினை ஒரு லிட்டருக்கு ஒரு மில்லி என்ற அளவில் தெளிக்க வேண்டும். இவ்வாறு செய்வதன் மூலம் ஈக்கள் வைக்கோல் மேல் முட்டை இடுவதைத் தவிர்க்கலாம்.

- காளான் விதை சுத்தமாக இருக்க வேண்டும்.
- படுக்கைகளில் தண்ணீர் தெளிக்கும் போது அதிகமான நீர் தேங்கி இருக்கக் கூடாது.
- பாக்டீரிய நோய்களின் தாக்குதலைக் கட்டுப்படுத்து தண்ணீரு டன் 1 லிட்டருக்கு 2 கிராம் பிளீச்சிங் பவுடர் கலந்து தெளிக்க வேண்டும்.
- பூச்சி, பூசணங்கள் மற்றும் நோயினால் தாக்கப்பட்ட படுக்கை களை உடனே அப்புறப்படுத்த வேண்டும். காளான் அறையில் காணப்படும் ஜன்னல்களுக்கு ஈக்கள் - உள்ளே புகாமல் இருக்க நைலான் வலைகள் வைத்து பொருத்த வேண்டும்.
- காளான் அறுவடை செய்து முடிக்கப்பட்ட படுக்கைகளை பெரிய குழி தோண்டி அவற்றுள் போட்டு மூடி வைக்க வேண்டும். இந்தக் குழியானது காளான் குடிசையில் இருந்து 100 மீட்டர்க்கு அப்பால் இருக்க வேண்டும். குழியின் மேல் ஒரு சதம் பூச்சிக் கொல்லி கரைசலைத் தெளிக்க வேண்டும். காளான் கொட்டகையில் பூச்சிகளின் தாக்குதலை குறைப்பதற்காக 15 நாட்களுக்கு ஒரு முறை மாலத்தியான் மருந்தை ஒரு லிட்டருக்கு ஒரு மில்லி என்று கலந்து தெளிக்க வேண்டும். ஆனால் மரும்ந்தினை படுக்கைகளில் காளான் இருக்கும்போது தெளிக்கக் கூடாது.
- காளான் படுக்கையில் இருக்கும் போது அதிகமான அளவு மருந்து தெளித்தால் காளான்கள் சுருண்டு போகும். ஆகவே பரிந்துரை செய்யப்பட்ட மருந்தின் அளவைப் பயன்படுத்தவும்.
- காளான் அறுவடை முழுதும் முடிந்த பின்பு 45 நாட்களுக்கு ஒரு முறை காளான் கொட்டகை தொற்று நீக்கம் செய்ய வேண்டும். தொற்று நீக்கம் செய்வதற்காக பார்மலின் மற்றும் பொட்டாசியம் பெர்மாங்கனேட்டினை 2:1 என்ற விகிதத்தில் பயன்படுத்தி தொற்று நீக்கம் செய்ய வேண்டும். மேலும் இரண்டு நாட்களுக்கு குடிசையை திறக்கக் கூடாது. இவ்வாறு செய்வதன் மூலம் பூசணங்கள் மற்றும் நோய்களின் தாக்கு தல் இன்றி குடிசையை சுத்தமாக வைத்திருக்க இயலும்.

# 12. காளான் பதன் செய்யும் தொழில் நுட்பம்

காளான் என்பது பூஞ்சாண வகையைச் சார்ந்தது இது 90 சதவீதம் ஈரப்பதமும், அதிக அளவு புரதம், அமினோ அமிலம், நுண்ணூட்ட சத்துக்கள் மற்றும் வைட்டமின்கள் உள்ளது. ஈரப்பதம் காரணமாக எளிதில் கெடும் வாய்ப்பு உள்ளது. காளான்களை 2 நாட்களுக்கு மேல் வைக்க முடியாது. வெண்மொட்டு காளான் மற்றும் வைக்கோல் காளான்களை குடை போன்று விரிவதற்குள் (மொட்டுப் பருவத்தில், பறித்தல் வேண்டும். சிப்பிக் காளான்களை மொட்டு தோன்றிய 3 நாட்களில் பறித்தல் வேண்டும்.

**அறுவடை செய்யப்பட்ட காளான்**

காளான்களை பதன் செய்யும் போது, நிறம் மற்றும் உருவ அமைப்பு மாற்றம் அடையாமல் இருத்தல் வேண்டும். பழுப்பு நிறமாக காளான்கள் மாறுவதை தடுக்க, (பிளான்சிங் செய்தல்) காளான்களை தூய மெல்லிய வெள்ளைத் துணியில் கட்டி கொதிக்கும் நீரில் 4-5 நிமிடம் அல்லது நீராவியில் 3 நிமிடம் வைத்தல் வேண்டும். மேலும் இதனால் நுண்கிருமிகள் அழிக்கப்படுகிறது. இந்த காளான்களை குளிர்ந்த நீரில் 3-5 நிமிடம் வைத்த பிறகு நீரை வடித்துப் பதன் செய்தல் வேண்டும்.

**உறைய வைத்து பதப்படுத்துதல்**

பிளாஞ்சிங் செய்யப்பட்ட காளான்களை பாலீத்தீன் பைகளில் நிரப்பி அவற்றை -10 டிகிரி செல்சியஸ் வெப்ப நிலையில் குளிர்சாதன பெட்டியில் உறைய வைத்துப் பாதுகாக்கலாம். இம்முறையில் தரம் நீண்ட நாட்களுக்கு பாதுகாக்கப்பட்டாலும், இதற்கு ஆகும் செலவு காரணமாக இம்முறை பொதுவாக பின்பற்றப் படுவதில்லை.

**குறுகிய கால இருப்பு வைக்கும் முறை**

அறுவடை செய்த காளான்களை, 24-48 மணி நேரத்திற்குள் பயன்படுத்துவதாக இருப்பின், அவற்றை நீரில் கழுவாமல் கீழே குறிப்பிடப்பட்டுள்ள முறைகளைப் பின்பற்றலாம்.

1. துளையிடப்பட்ட பாலீத்தீன் பைகளில் இருப்பு வைக்கலாம். அவ்வாறு செய்யும் போது பையின் மொத்தப் பரப்பில் 40 சதம் அளவுக்குத் துளைகள் இட வேண்டும்.

2. துளையிடாத பாலீத்தீன் பைகளில் இட்டு, 5 செ. வெப்பநிலையில் மூன்று நாட்களுக்கு இருப்பு வைக்கலாம்.

3. காளானை 0.5 சதம் பொட்டாசியம் மெட்டாபைசல்பைட் அல்லது 0.1 சதம் சிட்ரிக் அமிலம் கலந்த கரைசலில் நனைத்து, ஈரம் உலர்ந்தவுடன் இருப்பு வைத்தால், நிறம் மாறாமல் வெண்மையாக இருக்கும்.

**நீண்டகாலச் சேமிப்பு**

பொதுவாக காளான்கள் பழுப்பு நிறமாவதற்குச் சில நொதிப்பொருட்களும் சத்துப்பொருட்களும் அழிந்து, கெட்டுப் போவதற்குப் பாக்டீரியா போன்ற சில நுண்கிருமிகளுமே காரணங்களாகும். காளானை ஒரு சில மணித்துளிகள் வெந்நீரில் வைத்து எடுப்பதன் மூலம் மேற்கூறிய நொதிகளின் விளைவுகளையும், நுண்கிருமிகளின் செயல்பாட்டையும் கட்டுப் பாட்டுக்குள் வைக்க முடியும். இதற்கு ஆங்கிலத்தில் பிளாஞ்சிங் எனப்பெயர். பிளாஞ்சிங் செய்யப்பட்ட காளான்களைக் கொதி நீரில் அமிழ்த்தி உலர வைத்தல், உப்புக் கரைசலில் பதப்படுத்தி டின்களில் அடைத்தல், குளிர வைத்தப் பின் உலர்த்துதல் போன்ற முறைகளில் பதப்படுத்தி நீண்ட நாட்களுக்கு கெடாமல் இருப்பு வைக்கலாம்.

**சூரிய வெப்பத்தால் உலர்த்துதல்**

வெப்பம் அதிகமாகவும், காற்றின் ரப்பதம் குறைவாகவும், காற்று வீசும் காலமாகவும் இருப்பின் காளான்களை நேரடியாகச் சூரிய வெப்பத்தில் உலர்த்தலாம். இம்முறையில், நேரடியாகவோ அல்லது சூரிய உலர்த்தியைக் கொண்டு மறைமுகமாகவோ, சூரிய வெப்பத்தைக் கிரகித்துக் காளான்களின் மீது செலுத்தி அவற்றை உலர்த்தலாம்.

**செய்முறை 1 :** நன்கு வளர்ந்த சுத்தம் செய்யப்பட்ட காளான்களைக் கம்பி வலையுடன் கூடிய தட்டுகளில், செதில் பகுதி மேல் நோக்கி இருக்கும்படி பரப்பவும். காளான்களின் ஈரப்பதம் சுமார் 10 சதம் அளவுக்குக் குறையும் வரை, ஒன்றிரண்டு நாட்கள் தொடர்ந்து வெயிலில் அவற்றை உலர்த்தி, பின் பாலீத்தீன் பைகளிலிட்டுக் காற்றுப்புகா வண்ணம் அடைத்துப் பாதுகாத்து வைக்கலாம் (ஒரு கிலோ காளானை இவ்வகையில் உலர்த்தினால் சுமார் 120-150 கிராம் உலர் காளான் கிடைக்கும்)

**செய்முறை 2:** பூக்களைக் கோர்ப்பது போல் காளான்களை மெல்லிய நீண்ட கம்பி அல்லது நூலில் கோர்த்துக் கொள்ள வேண்டும். கோர்த்த காளான்களை கொடி போல் கட்டியோ, தொங்கவிட்டோ, நேரடியாக வெயிலில் உலர்த்தலாம். இவ்வாறு செய்தால் காளான்கள் நன்கு உலர்வதுடன், அவற்றின் மேல் தூசி படியாமலிருக்கும்.

**கொதி நீரில் அமிழ்த்தி உலர வைத்தல்**

1. அறுவடை செய்த சுத்தமான காளான்களை ஒரு வெள்ளைத் துணியில் மூட்டையாகத் கட்ட வேண்டும்

2. பின்னர் கொதி நீரில் 4 முதல் 5 நிமிடங்கள் அல்லது நீராவியில் 3 நிமிடங்கள் பதப்படுத்த வேண்டும். உடனடியாக அவற்றைக் குளிர்ந்த நீரில் 5 நிமிடங்கள் அல்லது நீராவியில் 3 நிமிடங்கள் பதப்படுத்த நீரில் 5 நிமிடங்கள் அமிழ்த்தியெடுக்கவும். இவ்வாறு செய்வதால் காளான் களின் மேலுள்ள நுண் கிருமிகள் அழிக்கப்படுகிறன. தவிர, வினையியல் மற்றும் இரசாயன மாற்றங்களும் தடுக்கப்படுகின்றன.

3. பதப்படுத்திய காளான்களை ஒரு கம்பி வலையின் மேல் தனித்தனியே பரப்பி வெயிலில் 2 அல்லது 3 நாட்கள் உலர்த்தவும். உலர் வெப்பமூட்டிகளில் (Dehydraters) சுமார் 50 செ. வெப்ப நிலையிலும் அவற்றை உலர்த்தலாம்.

4. உலர்ந்த காளான்களைக் காற்றுப்புகா வண்ணம் பாலீத்தீன் பைகளில் அடைத்து 2-3 மாதங்கள் வரை பாதுகாக்கலாம். தேவைப்படும் பொழுது, உலர்ந்த காளான்களை வெதுவெதுப்பான நீரில் சிறிது நேரம் இட்டு உபயோகிக்கலாம்.

**வெப்ப மூட்டிகளில் உலர்த்துதல்**

காளானைச் சிறு துண்டுகளாக்கிக் கம்பிவலையின் மீது வைத்து $50^0$ - $60^0$ செ வெப்பக்காற்றைச் செலுத்தி ஈரப்பதத்தைச் சுமார் 5 சதம் அளவிற்குக் குறைந்த பின், காற்றுப்புகாத புட்டிகளில் இட்டு, இறுக மூடிச் சுமார் ஒரு வருட காலம் இருப்பு வைக்கலாம். கந்தக மேற்றும் முறையில் முன் நேர்த்தி செய்து, நொதித்தலால் ஏற்படும் வேதிமாற்றங்களையும், நுண்கிருமிகளின் செயல்பாட்டையும் கட்டுக்குள் வைத்து, காளான்களை விரைவில் உலர்த்தலாம்.

1. மொட்டுக் காளானை 0.5 சதம் சோடியம் மெட்டாபைசல்பைட் அல்லது 0.25 சதம் சிட்ரிக் அமிலம் கலந்த கரைசலில் முன் நேர்த்தி செய்து உலர்த்தினால், தரமான உலர்ந்த காளான் கிடைக்கும்.

2. அறுவடை செய்து துண்டுகளாக்கப்பட்ட மொட்டுக் காளானை 3 சதம் சாதாரண உப்பும், சேதம் சர்க்கரை கலந்த கரைசலில் 12-16 மணி நேரம் வைத்துப் பின் உலர்த்தினால், நல்ல நிறமுள்ள, தரமான, சுவையான உலர்ந்த காளான் கிடைக்கும்.

3. மொட்டுக்காளானை ஒரு சதம் பொட்டாசியம் மொட்டாபைசல்பைட், 0.2 சதம் சிட்ரிக் அமிலம், 6 சதம் சர்க்கரை, 3 சதம் உப்பு கலந்த கரைசலில், 6 மணி நேரமும், தொடர்ந்து $60^0$செ வெப்பநிலையில், 4-5 மணி நேரமும் உலர்த்தினால் சத ஈரப்பதமுள்ள தரமிக்க உலர் காளான் கிடைக்கும்.

பாலீத்தீன் பைகளில் வைத்திருக்கும் உலர் காளான் விரைவில் வெளிர் பழுப்பு நிறத்தை அடைவதோடு, 2-5 சத ஈரத்தையும் உறிஞ்சி விடுகிறது. எனவே இவற்றைக் காற்றப்புகாத டின்களில் அடைத்துப் பாதுகாக்கப்பது நல்லது.

சிப்பிக்காளானைப் பொறுத்தவரை இயந்திர உலர்த்தி மூலம் $45^0$-$50^0$ செ. வெப்பநிலையில் 80 சத ஈரப்பதத்திற்கு உலர்த்திய காளான் பழுப்பு நிறமாக மாறாமல், நல்ல ருசியுடன் இருக்கும். அதே சமயம் $55^0$-$60^0$ செ வெப்பநிலையில் உலர்த்தப்பட்ட காளான், பழுப்பு நிறமடைந்து கருகிய வாசைனை உடையதாக இருக்கும். உலர்த்தப்பட்ட சிப்பிக் காளானை 100 காஜ் தடிமன் கொண்ட பாலீத்தீன் பைகளில் சுமார் நான்கு மாதங்கள் வரை இருப்பு வைக்கலாம்.

**உலர் முறையில் பதப்படுத்துதல்**

காளானில் உள்ள அதிகப்படியான ஈரப்பதத்தை குறைப்பதன் மூலம், அதனை நீண்ட நாட்களுக்கு கெட்டுப்போகாமல் பாதுகாக்கலாம். காளானில் உள்ள ஈரப்பதத்தினை உலர்த்துதல் மூலம் இது சாத்தியப்படும். காளானை சூரிய வெப்பத்தை கொண்டோ அல்லது வெப்பக் காற்றின் உதவியாலோ உலர்த்தலாம். நேரடியாக சூரிய ஒளியில் அதிக ஈரப்பதத்தோடு உலர்த்தும் போது காளான்கள் பழுப்பு நிறமாகி விடும். மேலும் இம்முறையில் குறைந்து 3 முதல் 5 நாட்கள் வரை உலர்த்த வேண்டும். குறிப்பாக காளான்களை உலர்த்த ஏற்ற வெப்ப நிலை $55^0$-$60^0$ சென்டிகிரேடு ஆகும். காளான் உலர்த்துவதற்கு பல்வேறு உலர்த்திகள் உள்ளன. அவற்றுள் சூரிய உலர்த்தி, மென் படுக்கை உலர்த்தி மற்றும் மிதவை படுக்கை உலர்த்தி போன்ற இயந்திர உலர்த்திகள் அதிக அளவில் பயன்படுத்தப்படுகின்றன. இவற்றில் மிதவைப் படுக்கை முறை உலர்த்துதலில் உலர்த்தப்படும் பொருட்கள் மிதவை நிலையில் ஈரப்பதம் எளிதில் நீக்கப்படுவதுடன், தரமும் பாதுகாக்கப்படுகிறது. இதில் உலர்த்தப்பட்ட காளானைக் காற்றுப் புகாத புட்டிகளில் அடைத்துச் சுமார் ஒரு வருடம் வரை இருப்பு வைக்கலாம்.

**உறை உலர் முறையில் காளானைப் பதப்படுத்துதல்** : உறை நிலைக்கும் கீழ் $-30^0$ செ. என்ற அதிகுளிர் நிலையில் காளானில் உள்ள ஈரப்பதத்தை ஆவியாக்கி உலர்த்தலாம். இம்முறையில் பதப்படுதிய காளான் பழுப்பு நிறமாக மாறுவதைத் தவிர்க்க, $12^0$

செக்கும் குறைவாக. குளிர்ந்த நிலையில் இருந்த நிலையில் இருப்பு வைக்க வேண்டும். காளானை $20^0$ செ க்கும் குறைவான அதிகுளிர் நிலையில் உறைய வைத்து, நொதி நீக்கம் செய்து வெற்றிடச் சூழலில் 12-16 மணி நேரம் காய வைத்தால், நிறம் மற்றும் சுவை குறையாது. இம்முறையில் தரம் நீண்ட நாட்களுக்கு பாதுகாக்கப்பட்டாலும், அதிக செலவு காரணமாக இம்முறை பின்பற்றப்டுவதில்லை.

**உலர் காளான்**

**உப்புக் கரைசலில் சேமித்தல்**

1. அறுவடை செய்த காளான்களைச் சிறிய, பெரிய காளான்களாகத் தரம் பிரித்துக் கொள்ள வேண்டும்.

2. சிறிய காளான்களை 3-5 நிமிடங்களும், பெரிய காளான்களை 6-8 நிமிடங்களும், கொதி நீரில் அமிழ்த்தி எடுக்க வேண்டும்.

3. சுத்தமான ஒரு பெரிய பாத்திரத்தில் உப்புக் கரைசலைத் தயாரித்து (கால் கிலோ உப்பை ஒரு லிட்டர் தண்ணீரில் கரைத்துக் கொள்ளவும்) அதில் கொதிக்க வைத்த காளான்களை நன்கு அமிழ்ந்திருக்கும்படி செய்யவும்.

4. அடிக்கடி நன்கு கிளறி விட்டு இரண்டு நாட்களுக்குப் பின் ஒரு லிட்டர் உப்புக் கரைசலுக்கு 800 மி.கி சிட்ரிக் அமிலம் கலக்க வேண்டும்.

5. இக்கரைசலில் காளான் நன்கு அமிழ்ந்திருக்குமாறு பாதுகாத்து வைக்க வேண்டும்.

6. இந்த வகையில் சேமித்த காளானை இளஞ்சூடான நீரில் நன்கு கழுவிய பிறகு சமைக்கப் பயன்படுத்தலாம்.

**டின்களில் அடைக்கப்பட்ட காளான்**

**டின்களில் பதப்படுத்துதல்**

இம்முறையில் காளான்களை மேற்புறம் மூடி பொருத்தப்பட்ட டின் கலன்களில் நிரப்பப்படுதல் வேண்டும். இதில் கொதித்து வடிகட்டப்பட்ட 2 சதவிகித உப்புக் கரைசல் கொண்டு நிரப்புதல் வேண்டும். பின்பு டின் கலனை மூடி 15 நிமிடங்கள் கொதிக்கும் நீரிலோ அல்லது நீராவியிலோ வைத்திருக்க வேண்டும். இவ்வாறு செய்வதால் டின் கலனில் இருக்கும் காற்று முற்றிலும் வெளியேற்றப்படுகின்றது. பின்பு மூடியை ஒட்டி வெப்பமூட்டியில் 115 செல்சியஸ் வெப்பத்தில் (அதாவது 15 இராத்தல் அழுத்தம்) 25 நிமிடங்கள் வைத்திருக்க வேண்டும். பின்பு டின் கலனை வெளியில் எடுத்து குளிர் நீரில் அமிழ்த்தி குளிர வைக்க வேண்டும். இவ்வாறு டின்களில் காளான்களை அடைப்பதன் மூலம், ஓராண்டுக்கு மேல் காளான்களை கெட்டுப் போகாமல் பாதுகாக்க முடியும். இம்முறையை கையாள சுமார் 2.5 லட்சம் ரூபாய் முதலீடு தேவைப்படும்.

# 13. காளான் வேளாண்மை - ஒரு இலாபகரமான வணிகம்

காளான் விவசாய வணிகம் குறைந்த தொடக்க மூலதன முதலீட்டைக்கொண்டு ஒரு சில வாரங்களில் பெரிய லாபத்தைத்தரும் தொழிலாகும். காளான் சாகுபடியின் விஞ்ஞானம் மற்றும் தொழில்நுட்பத்தில் கொஞ்சம் யோசனை கொண்ட ஒருவர் மற்றும் பண்ணையை உருவாக்குவதற்கு சொந்தமாக ஒரு கட்டிடம் வைத்திருப்பவருக்கு - காளான் வணிகம் தொடங்க சரியான தேர்வாக இருக்கும். காளான்களை வளர்ப்பது ஒரு கலை, அதற்கு ஆய்வு மற்றும் அனுபவம் இரண்டும் தேவை. ஒரு இலாபகரமான காளான் விவசாயத் தொழிலைத் தொடங்க பின்பற்ற வேண்டிய அடிப்படை நடவடிக்கைகள் கீழே கொடுக்கப்பட்டுள்ளன.

1. காளான் விவசாய நிபுணத்துவம்

ஒரு காளான் பண்ணையில் பணிபுரிந்த அனுபவமுடைய ஒரு நபர் காளான் விவசாய தொழிலை சொந்தமாக தொடங்கலாம். இல்லையெனில், நிபுணத்துவம் பெற காளான் வளர்ப்பில் தொழில்நுட்ப பயிற்சி பெறுவது எப்போதும் நல்லது. பயிற்சிக்கு தமிழ்நாடு வேளாண் பல்கலைக்கழகத்தை தொடர்பு கொள்ளலாம்.

2. காளான் விவசாய வணிக திட்டத்தை எழுதுங்கள்

காளான் வளர்ப்பு போன்ற ஒரு சிறு வணிகத்தைத் தொடங்க வணிகத் திட்டம் தேவைப்படுகிறது. விரிவான பட்ஜெட்டை உருவாக்குங்கள் உங்கள் வணிகத்திற்கான தெளிவான திட்டம் மற்றும் குறிக்கோள்களை எழுதுங்கள், நீங்கள் வளர்க்க விரும்பும் காளான் வகை, உள்நாட்டு அல்லது ஏற்றுமதி போன்ற உங்கள் இலக்கு சந்தை போன்றவற்றை குறிப்பிடவும் .

3. காளான் விவசாயத்திற்கான காளான் வகையைத் தேர்வுசெய்க

வெவ்வேறு வகையான காளான்கள் வெவ்வேறு உற்பத்தி செலவைக் கொண்டுள்ளன, மேலும் கிடைக்கக்கூடிய பணத்தின் அளவு மற்றும் நீண்ட கால முதலீட்டு நன்மை ஆகியவற்றைப் பொறுத்து பட்ஜெட்டை தீர்மானிக்க வேண்டியது அவசியம். மூன்று வகையான காளான்கள் பரவலாக வளர்க்கப்படுகின்றன. அவை மொட்டு காளான், சிப்பி காளான், மற்றும் பால் காளான். காளான் விவசாயத்தைத் தொடங்க ஒரு நல்ல காளான் வகை சிப்பி காளான் ஆகும். பால், வைக்கோல் மற்றும் வெள்ளை மொட்டு ஆகியவை பிற லாபகரமான மற்றும் வளர்க்க எளிதான வகைகள்.

4. காளான் விவசாயத்திற்கான சூழல்

ஒரு காளான் விவசாய வணிகத்தில் காளான் உற்பத்திக்கான சூழல் முக்கியம். வெவ்வேறு வகைகளுக்கு வெவ்வேறு வகையான சூழல் தேவைப்படுகிறது. எடுத்துக்காட்டாக, சிப்பி காளான் 15 முதல் 20° செ வெப்பநிலை, 80 முதல் 90% வரை ஈரப்பதம், நல்ல காற்றோட்டம், ஒளி மற்றும் சுகாதாரம் போன்ற சில அடிப்படை சுற்றுச்சூழல் தேவைகளைக் கொண்டுள்ளது.

5. காளான் விவசாயத்திற்கு ஸ்பான்/காளான் விதை தொடர்ச்சியாக கிடைத்தலை உறுதி செய்தல்

காளான் விவசாயத்திற்கு அவரவர்களே ஸ்பான்/காளான் விதைகளை உற்பத்தி செய்யவேண்டும். ஒரு சுத்தமான தாய் பூசணத்திலிருந்து ஸ்பான்/காளான் விதைகளை உருவாக்கலாம் அல்லது காளான் விதை உற்பத்தியாளர்கள் உருவாக்கும் ஸ்பான்/காளான் விதைகளை வாங்கலாம். ஸ்பான்/காளான் விதைகளை உற்பத்தி செய்வது நீண்ட காலத்திற்கு மலிவானதாக இருக்கும், ஏனெனில் இந்த விஷயத்தில் தொடக்க செலவு அதிகமாக இருக்கும்.

6. காளான் வளர்ப்பிற்கு தேவையான மூலக்கூறு தயாரித்தல்

செல்லுலோஸ் மற்றும் லிக்னின் கொண்ட ஏராளமான வேளாண் கழிவுகளில் காளான் பயிரிடலாம், இது அதிக மகசூலுடன் தொடர்புடைய செல்லுலோஸின் அதிக நொதி உற்பத்திக்கு உதவுகிறது. நெல், கோதுமை மற்றும் ராகி, தண்டு மற்றும் மக்காச்சோள தினை மற்றும் பருத்தி, கரும்பு பாகாஸ், மரத்தூள், சணல் மற்றும் பருத்தி கழிவுகள், உலர்ந்த புல், பயன்படுத்தப்பட்ட தேயிலை இலை கழிவுகள் போன்றவற்றை பயன்படுத்தலாம். காகித ஆலை கசடு, காபி துணை தயாரிப்புகள், புகையிலை கழிவுகள் போன்ற சில தொழில்துறை கழிவுகளையும் பயன்படுத்தலாம். நீராவி தொற்றுநீக்கம், சுடு நீர் சுத்திகரிப்பு, உரம் நொதித்தல் மற்றும் ரசாயன தொற்று நீக்கம் போன்றவை மூலக்கூறு தயாரிப்பின் பிரபலமான முறைகள்.

7. காளான் வளர்ப்பு பைகள் / பெட்டிகள் / தட்டுகள் / படுக்கைகள் தயாரித்தல்

படுக்கை தயாரிக்கும் செயல்முறை பொதுவாக அடி மூலக்கூறை கம்போஸ்ட் உரமாக மாற்றுதல், பைகளை / பெட்டிகளை / தட்டுகளை / படுக்கைகளை உரம் தயாரித்த பொருட்களால் நிரப்புதல், காளான் விதைகளை விதைத்தல், பின்னர் முதிர்ச்சி நிலை வரை வளர்த்தல் ஆகியவை அடங்கும்.

8. காளான் வளர்ப்பு அறையை பராமரித்தல்

இருண்ட காளான் வளர்ப்பு அறையில் உயரமான மேடையில் காளான் விதைகள் விதைக்கப்பட்ட பைகள் / பெட்டிகள் / படுக்கைகள் / தட்டுகளை அடுக்கி வையுங்கள். எலிகள், பூச்சிகள் ஒளி மற்றும் வெப்பம் அறைக்குள் செல்வதை நிறுத்த கவனம் செலுத்துங்கள். காளான் வளர்ப்பு அறையை ஒரு குறிப்பிட்ட வெப்பநிலையிலும் ஈரப்பதத்திலும் வைத்துக் கொள்ளுங்கள்.

9. காளான் சாகுபடியில் காளான் மொட்டுகள் மலருதல்

பல்வேறு உயிரினங்களுக்கு வெவ்வேறு வெப்பநிலை தேவைப்பட்டாலும், விளைச்சல் தரும் போது அதிக ஈரப்பதம் 70-80% தேவைப்படுகிறது. சுற்றுச்சூழல் ஈரப்பதத்தைப் பொறுத்து காளான் வளர்ப்பு அறைக்கு அடிக்கடி தண்ணீர் தெளிப்பது அவசியம்.

10. காளான்களை சேமிப்பதில் பாதுகாப்பு நடவடிக்கைகள்

காளான்கள் ஈக்கள், ஸ்பிரிங் டெயில், பூச்சிகள், பூஞ்சை நோய், மஞ்சள் கறை நோய், பழுப்பு நிற புள்ளி போன்ற நோய்களால் எளிதில் பாதிக்கப்படக்கூடியது. நோய் தாக்குதல்களுக்கு ஏற்ப சில குறிப்பிட்ட கட்டுப்பாட்டு நடவடிக்கைகளை எடுக்க வேண்டும்.

11. காளான் விவசாயம் அறுவடை மற்றும் சேமிப்பு

அறுவடைக்கான சரியான வடிவத்தை மலர்ந்த காளான் மொட்டுக்களின் வடிவம் மற்றும் அளவு மூலம் தீர்மானிக்க முடியும். பூசண வித்து வெளியிடுவதற்கு முன்பு காளான் அறுவடை செய்யப்பட வேண்டும்.

காளான்களை அறுவடை பின் நேர்த்தி செய்வதில் இரண்டு வகை உள்ளது. நீண்ட கால மற்றும் குறுகிய கால சேமிப்பு. புதிதாக அறுவடை செய்யப்பட்ட காளான்களை குறைந்த வெப்பநிலையில் (0-5°செ) அதிகபட்சம் இரண்டு வாரங்களுக்கு சேமிக்க முடியும். 2-4% ஈரப்பதத்துடன். உலர்ந்த காளான், சுவையில் எந்த மாற்றமும் இல்லாமல் 3-4 மாதங்கள் சீல் செய்யப்பட்ட பைகளில் சேமிக்க முடியும்.

12. காளான் விவசாய சந்தைப்படுத்தல்

உள்நாட்டு மற்றும் வெளிநாட்டு சந்தைகளில் நல்ல தேவை இருப்பதால் காளான்களின் உயர்தர வணிக சாகுபடி மிகவும் இலாபகரமான வணிகமாகும். உற்பத்தியை சில்லறை விற்பனையாளர் மற்றும் காய்கறி கடைக்கு கிடைக்கச் செய்வதன் மூலம் உள்ளூர் சந்தையை பிடிக்கலாம். மேலும், ஏற்றுமதி செய்யலாம் முக்கியமாக அமெரிக்கா, ஐக்கிய அரபு எமிரேட்ஸ், ரஷ்யா, ஜெர்மனி, சுவிட்சர்லாந்து, இங்கிலாந்து மற்றும் பிற நாடுகளுக்கு.

**காளான் சாகுபடியின் பொருளாதாரம்**

**நிலையான மூலதனம்**

| வ.எண் | விளக்கம் | செலவு (ரூ) |
|---|---|---|
| 1 | காளான் கொட்டகை | 60,000.00 |
| 2 | விறகு அடுப்பு | 2,000.00 |
| 3 | டிரம் | 2,000.00 |
| 4 | பாலிதீன் தாள் 10 x12 அடி 2 எண்ணம் | 2,000.00 |
| 5 | தெளிப்பான் | 1000.00 |
| 6 | பிளாஸ்டிக் வாளி 2 எண்ணம் | 600.00 |
| 7 | பெரிய கத்தி | 200.00 |
| 8 | சீல் இயந்திரம் | 3,500.00 |
| 9 | எடை பார்க்கும் எந்திரம் | 2,500.00 |
| | மொத்தம் | 73,800.00 |

**வொர்க்கிங் மூலதனம்**

| வ.எண் | விளக்கம் | செலவு (ரூ) |
|---|---|---|
| 1 | நெல் வைக்கோல் 2 டன் @ ரூ.4000/- டன் | 8,000.00 |
| 2 | பாலிதீன் பை 3840 எண் @ ரூ.250/- | 8,640.00 |
| 3 | ஸ்பான் 1920 பை/(200 grm pkt) @ ரூ.25/ பை | 48,000.00 |
| 4 | விறகு | 3,500.00 |
| 5 | பூச்சிக்கொல்லி | 1,000.00 |
| 6 | பாக்கெட்டிங்பை 11232 எண்ணம் @ 0.50/பை | 5,616.00 |
| | மொத்தம் | **74,756.00** |
| | மொத்தம் (73,800+74,756) | **1,48,556.00** |

**காளான் பொருளாதார நன்மை**

| வ.எண் | விளக்கம் | செலவு (ரு) |
|---|---|---|
| 1 | அறை அளவு | = 25 அடி X 15 அடி X 8 அடி |
| 2 | திறன் | = 480 படுக்கைகள் (ஒரு நேரத்தில்) |
| 3 | பயிர் காலம் | = 45 நாட்கள் |
| 4 | ஒரு வருடத்தில் உற்பத்தியாகும் காளான் படுக்கைகளின் மொத்த எண்ணிக்கை | = 480 X 8 = 3840 படுக்கைகள் |
| 5 | காளான் உற்பத்தி/ஒரு படுக்கை | = 750 கிராம் |
| 6 | ஒரு ஆண்டில் மொத்த உற்பத்தி | = 750 X 3840 = 2880 கிலோ |
| 7 | உற்பத்தி இழப்பு 2.5% | = 72 கிலோ |
| 8 | நிகர உற்பத்தி | = 2880-72 = 2808 கிலோ |
| 9 | விற்பனை விலை ஒரு | கிலோவுக்கு ரூ.160/- |
| 10 | மொத்த விற்பனை விலை | = 2808 X 160 = ரூ.4,49,280 |
| 11 | மொத்த செலவு | = ரூ.1,48,556/- |
| 12 | மொத்த லாபம் (ஆண்டு) | = (449280–148556)=ரூ.300724/- |
| 13 | செலவு: நன்மை விகிதம் | =1:2.02 |

**காளான் சந்தைப்படுத்தல்**

1. சந்தை பகுதியை விரிவுபடுத்தி தேவையை வலுப்படுத்துங்கள்:

- தகவல் தொடர்பு தொழில்நுட்பத்தைப் பயன்படுத்தி காளான்களை ஊட்டச்சத்து மற்றும் மருத்துவ மதிப்புடன் கூடிய சுவையான உணவு என்பதனை தொலைக்காட்சி,வானொலி போன்ற வெகுஜன ஊடகங்களிலும், விளம்பரங்கள் மற்றும் சுவரொட்டிகள் மூலம் பிரபலப்படுத்துங்கள்.

- புதிய பகுதிகளில் விழிப்புணர்வை ஏற்படுத்துவதன் மூலம் நுகர்வோர் தயக்கம் மற்றும் எதிர்ப்பை உடைத்தெறிந்து புதிய பகுதிகளில் சமையல் மற்றும் இலவச மாதிரிகளின் செய்முறை விளக்கம் அளிக்கவும் மேலும் இலவச செய்முறை கையேடுகளை வழங்கவும்.

2. விற்பனைக்கு கூட்டுறவு நிறுவனங்களை உருவாக்குங்கள்:
   - குளிர் சேமிப்பு வசதியை உருவாக்குங்கள்
   - குளிரூட்டப்பட்ட போக்குவரத்து வசதியை உருவாக்குங்கள்
   - காளான் பதனிட்டு பாதுகாக்கும் வசதியை உருவாக்குங்கள்
   - பெரிய நகரங்களுக்கான விநியோகஸ்தர் செயல்பாட்டை உருவாக்கவும்.

3. காளான் விற்பனையை அதிகரிக்க உற்பத்தி செலவைக் கட்டுப்படுத்தி, விற்பனை விலையை குறைக்கவும்.

4. கண்ணை கவரும் விதத்தில் காளான்களை பைகளில் அடைத்து விற்கவும்.

5. கையாளுதல், சேமித்தல், உணவு மதிப்பு மற்றும் சமையல் குறிப்புகள் குறித்து சில்லறை விற்பனையாளர்களுக்கு பயிற்சி அளிக்கவும்.

6. சில்லறை விற்பனைக்கு பல்பொருள் அங்காடிகள், காய்கறி கடைகள், பால் கவுண்டர்களை அணுகவும்.

7. மாநிலங்கள் குறைந்தபட்ச ஆதரவு விலையை நிர்ணயிக்க வேண்டும்.

8. சந்தைப்படுத்தல், பதனிடுதல் மற்றும் ஏற்றுமதிக்கு பொதுத்துறை நிறுவனங்கள் முன்வர வேண்டும்.

9. நியாயமான நிலையான விலையில் ஆண்டு முழுவதும் உறுதிப்படுத்தப்பட்ட வழங்கல் நல்ல சந்தைப்படுத்துதலுக்கு முக்கியமாகும். கட்டுப்படுத்தப்பட்ட நிலையில் பருவகாலத்தில் சில முக்கியமான காளான்களை பயிரிடுவதோடு, ஆண்டு முழுவதும் வெவ்வேறு காளான்களை வளர்க்கவும் முயற்சிகள் மேற்கொள்ளப்பட வேண்டும்.

10. சீரான உற்பத்தி செய்து சந்தையில் குவிதலை தவிர்க்கவேண்டும்

11. வாடிக்கையாளர்களிடையே காளான்களால் ஆன வெவ்வேறு சமையல் வகைகளை பிரபலப்படுத்த நட்சத்திர ஹோட்டல்களை அணுகலாம். நர்சிங் ஹோம் அல்லது மருத்துவர்கள், டயட்டீசியன்களை அணுகி காளானை பரிந்துரைக்க கேட்டுக்கொள்ளலாம்.

12. உங்கள் ஊரில்/அருகில் உள்ள நகரத்தில் வசிக்கும் சமையல் மாஸ்டர்களை அணுகவும், ஒருமாதத்தில் நான்கு அல்லது ஐந்து விஷேசங்களில் வெசிடபள்/காய்கறி பிரியாணிக்கு பதில் காளான் பிரியாணியை சமைக்க வலியுறுத்த சொல்லலாம். சமையல் மாஸ்டர்களுக்கு ஒரு சிறு தொகையை தரகாக கொடுக்கலாம். இதன் மூலம் வாரத்திற்கு 20 முதல் 30 கிலோவை சுலபமாக விற்கலாம்.

13. விஷேச பத்திரிக்கை அச்சு அடிக்கும் இடத்தில் எளிதாக விஷேச வீட்டுகாரர்களின் மொபைல் எண்ணை ஒரு வாரம் முன்னதாகவே பெற்று அவர்களை நேரடியாக தொடர்பு கொண்டு, மொத்த விலைக்கு காளான் விற்பனை செய்யலாம்.

14. தற்போது மக்கள் பேக்கரியில் அதிகம் வெஜிடபள் பப்ஸ்-க்கு பதில் காளான் பப்ஸ்-ஐ அதிகம் விரும்பி உண்ணத் தொடங்கி விட்டார்கள், பேக்கரிகளை அணுகி,மொத்த விலைக்கு காளான் விற்பனை செய்யலாம்.

15. உங்கள் பக்கத்து டவுனில் பஸ்டாண்டில் தள்ளு வண்டியில் காளான் சமைத்து விற்பார்கள், அங்கும் மொத்த விலைக்கு காளான் விற்பனை செய்யலாம்.

16. தற்போது பல இடங்களில் வெஜிடபள் சமோசா விற்பார்கள், அங்கு காளான் சமோசாவை அறிமுகபடுத்தலாம், அங்கு மொத்த விலைக்கு காளான் விற்பனை செய்யலாம்.

17. தற்போது பல இடங்களில் கோழி/ஆட்டுகால் சூப் விற்பனை செய்கின்றனர், அங்கு காளான் சூப் அறிமுகபடுத்தலாம், அங்கு மொத்த விலைக்கு காளான் விற்பனை செய்யலாம்.

18. உங்கள் ஊரில்/அருகில் உள்ள நகரத்தில் தினசரி மார்க்கெட் கண்டிப்பாக இருக்கும் அங்கு ஒரு ஆள் போட்டு சில்லரை விலையில் 250கி (ரூ.50-ரூ.60 ) அல்லது கடைகாரரிடம் மொத்த விலையில்250 கி (ரூ.40-ரூ.45) விற்பனை செய்யலாம்.

19. ஏற்கனவே உள்ள சைவ/அசைவ ஹோட்டல்களில் காளான் பிரியாணியை அறிமுகபடுத்தலாம்.

# 14. காளான்களின் பயன்கள்

காளான்களும், காளான் பூசணங்களும் பல்வேறு வழிகளில் பயன்படுகின்றன.

**உணவு**

காளான்கள் சுவைமிக்க உணவுப் பொருளாகப் பயன்படுத்தப்படுகின்றன. கூடுதலான புரதச்சத்தினையும் குறைவான கொழுப்புச்சத்து, மாவுச்சத்து ஆகியவற்றையும் ஒருங்கே கொண்டிருப்பதாகக் கருதப்படுகின்றன காளானைப்பிற உணவுப் பொருடகளுடன் சேர்ப்பதால், மணமும் சுவையும் கூடுகின்றதே தவிரக் குறைவதில்லை.

காட்டிலே வளர்ந்திருக்கும் மரங்கள், காய்ந்த மரங்கள், மரப்பட்டை, உதிர்ந்து கிடக்கும் இலைகள் போன்ற பல வற்றிலும் தோன்றும் இயல்புடைய பல்வேறு வகையான உணவுக் காளான்கள் இருக்கின்றன. ரசுலா (Russula) என்ற காளான், பைன் மரக்காடுகளில் வளர்கின்றது. இக்காளான் சிறந்த உணவாகப் பயன்படுவதுடன், பைன் மரங்களின் வளர்ச்சியினை ஊக்குவிக்கும் திறனுடையதாகவும் உள்ளது.

**கைவினைப் பொருட்கள்**

*போமஸ் போமென்டேரியஸ்* (*Fomes fomentarius*), *கேனோடெர்மா அப்பலனேட்டம்* (*Ganoderma applanatum*) ஆகிய காளானைப் பயன்படுத்தி தொப்பிகள் (Hats), கைப்பைகள் (Hand bags) மற்றும் படச் சட்டங்கள் (Picture frames) ஆகியவற்றைச் செய்யலாம்.

**சித்திர வேலைப்பாடு**

பச்சை ஓக் (Green oak) மரத்தை *குளொரோஸ்பிளினியம் ஏருஜினோசம்* (*Chorosplenium aeruginosum*) என்ற காளான் பூசணம் தாக்கினால், தாக்கப்பட்ட பாகத்தில் பசுமை நிறமாற்றம் ஏற்படுகின்றது அப்பாகத்தைச் சித்திர வேலைப்பாடுகளுக்குப் (Fancy work) பயன்படுத்தலாம்.

**பொடி (Shuff)**

*பாலிபோரஸ் நைகரிகன்ஸ்* (*Polyporus nigricans*) என்ற காளானைக் காய வைத்துப் பொடியாக்கினால் மூக்குப்பொடிக்குள்ள (Snuff) காரத்தன்மையைப் பெறுகின்றது.

**சாயமேற்றுதல் (Dyeing)**

*பாலிபோரஸ் நைக்ரிகன்ஸ்* (*Polyporus nigricans*) பழுப்புநிறச் சாயத்தையும் (Brown dye), *பாலிபோரஸ் சல்பூரியஸ்* (*Polyporus sulphurius*) மஞ்சள் நிறச் சாயத்தையும், *போமஸ் இக்னிடேரியஸ்* (*Fomes ingnitarius*) என்ற காளான் கரும் பழுப்பு நிறச் சாயத்தையம் வெளிப்படுத்துகின்றன. இவற்றைத் துணி, மரச் சாமான்கள் போன்றவற்றில் சாயமேற்றுவதற்குப் பயன்படுத்தலாம்.

**மை (Writing material)**

*கோப்ரினஸ் கோமேட்டஸ்* (*Coprinus comatus*) என்ற காளான் "மை" போன்ற கருநிறத் திரவத்தை வெளிபடுத்துகின்றது. இதனை எழுதப்பயன்படுத்தலாம்.

**பூந்தொட்டி (Flower pot)**

*பாலிபோரஸ் போமென்டேரியஸ்* (*Polyporus fomentarius*), *பாலிபோரஸ் இக்னிடேரியஸ்* போன்ற (*Polyporus ignitarius*) போன்ற காளான்களை நன்கு காயவைத்து வடிவமைத்து பூச்செடிகள் வைக்கும் தொட்டிகளாகப் பயன்படுத்தும் வாய்ப்புண்டு.

**வெளிச்சம் (Light)**

*பிளிரோட்டஸ் சப்பானிகஸ்* (*Pleurotus japonicus*), *போலிடஸ் படுலிஸ்* (*Boletus edulis*), *கொல்மியா லாங்கியெஸ்* (*Colmia longines*) போன்ற காளான்கள் வெளிச்சத்தை வெளிப்படுத்தும் திறனுடையவை. இருட்டிலே எழுத்துக்கள் தெரியுமளவுக்கு வெளிச்சத்தை வெளிப்படுத்துகின்றன.

**போதை (Hallucination)**

*ஆமோனிடா மஸ்கேரியா* (*Amanita muscaria*), *ஸ்ட்ரோபேரியா* (*Stropharia*), *சைலோசையே* (*Psilogybe*) ஆகிய காளான்கள் போதையை உண்டாக்கும் இயல்புடையவை. ஆனால் இவற்றை அளவுக்கு மிகுதியாகப்ப பயன்படுத்தினால் உயிருக்கே இழப்பு ஏற்படும்.

**மருந்துகள் (Medicines)**

பல காளான் பூசணங்கள் மருத்துவக் குணங்களைக் கொண்டுள்ளன. *போமஸ் இக்னேரியஸ், போமஸ் போமென்டேரியஸ்* ஆகியவை குருதியை விரைவில் உறையவைக்கும் இயல்பைப் பெற்றிருக்கின்றன.

பல்வேறு ஹோமியோபதி (**Homeopathy**) மருந்துகளில் *அமேனிடா மஸ்கேரியா* இடம் பெறுகின்றது. இருதய நோய்களைக் குணப்படுத்தவதில் பயன்படுத்தும் வாய்ப்புள்ளது.

*வால்வேரியெல்லா வால்வேசியா, ப்ளேம்முலினா வெலுட்டிபெஸ்* (**Protein**), இரத்த அழுத்தத்தைக் (**Blood pressure**) குறைப்பதிலும், கழலைத் திசுக்களுக்கு (**Tumour tissue**) எதிராகவும் பயன்படுத்தும் வாய்ப்புள்ளது. புற்று நோய் (**Cancer**), நச்சுயிரியால் (**Virus**) ஏற்படும் இன்புளுயென்சா (**Influenza**) ஆகியவற்றைக் குறைக்கும் திறனை *லென்டினஸ் எடோடஸ்* என்ற காளான் பூசணம் கொண்டுள்ளது.

# 15. காளான் உணவு வகைகள்

காளான் ஒரு சுவை மிக்க உணவுப் பொருளாகும். இது எளிதில் செரிக்கும் தன்மையும், குறைவான கொழுப்புச் சத்தும் கொண்டுள்ளதால் பெரியவர், சிறியவர் அனைவருக்கும் ஏற்றது. உடல் வளர்ச்சிக்கு அவசியமான அமினோ அமிலங்கள் நிறைந்து காணப்படுவதால், காளான்கள் குழந்தைகளுக்குச் சிறந்த உணவாகும். குறைந்த அளவு கொழுப்புச் சத்தும், மாவுச் சத்தும் உள்ளது.

பொதுவாக, காளான்களைப் பறித்த உடனேயே சமையலுக்கு உபயோகிப்பது நல்லது. பறித்த காளான்களைக் குளிர்ந்த நீரில் நன்றாகக் கழுவி எடுத்து, அதன் அடிப்பாகத்தைக் கத்தியால் நறுக்கிச் சுத்தம் செய்து பயன்படுத்த வேண்டும். சிறு துண்டுகளாக நறுக்கிய காளான்களை அதிக நேரம் காற்றில் வைத்திருத்தால் சத்துப் பொருட்கள் அழிய நேரலாம். காளான்கள் மென்மையாக இருப்பதால், குறைந்த நேரத்தில் வெந்து விடும். அதிக நேரம் வேகவிடுவதால், புரதம் மற்றும் உயிர்ச் சத்துக்கள் அழிந்துவிடும். வேகவிடும் போது காளான்களுடன் சோடா உப்பைச் சேர்ப்பது நல்லதல்ல. சுவையும், மணமும் அதிக அளவிலுள்ள காளான்களைக் கொண்டு தயாரிக்கும் சில உணவு வகைகளையும் பற்றிப் பார்க்கலாம்.

**காளான் சூப்**

காளான் - 100 கிராம், தக்காளி - 1, பெரிய வெங்காயம் - 2, இஞ்சி - 20 கிராம், பூண்டு - 7, மைதா 30 கிராம், பால் - 1 கப், வெண்ணெய் - 30 கிராம், உப்பு, மிளகு மற்றும் சர்க்கரை - தேவையான அளவு.

தக்காளியை ஒரு நிமிடம் கொதி நீரில் போட்டுத் தோலுரித்து, வடிகட்டி விதைகளை நீக்க வேண்டும். சிறு துண்டுகளாக நறுக்கிய காளான்களை, வெங்காயம், இஞ்சி மற்றும் பூண்டுடன் தக்காளிச் சாற்றையும், நான்கு கப் தண்ணீரையும் சேர்த்து வேகவிட வேண்டும். மைதா மாவை வெண்ணையில் சிறிது வறுத்து, அதனுடன் பாலைச் சேர்க்க வேண்டும். பின்பு இவற்றை வேக வைத்த காளான் கலவையுடன் சேர்த்து 5 முதல் 10 நிமிடங்கள் கொதிக்க விட வேண்டும். கடைசியில் சுவைக் கேற்றவாறு உப்பு, மிளகுத்தூள் மற்றும் சர்க்கரையைச் சேர்த்து நன்கு கலக்க வேண்டும்.

**காளான் சூப்பு**

**காளான் ஊறுகாய்**

**தேவையான பொருட்கள்**

| | |
|---|---|
| காளான் | - 1கிலோ |
| கொத்தமல்லித்தூள் | - 1 தேக்கரண்டி |
| சோம்புத்தூள் | - 1 ” |
| சீரகத்தூள் | - 1 ” |
| வெந்தயத்தூள் | - 1 ” |
| மஞ்சள் தூள் | - 2 ” |
| மிளகாய்த்தூள் | - 2 ” |
| பூண்டு அரைத்தது | - 1 ” |
| சின்ன வெங்காயம் (நறுக்கியது) | - 100 கிராம் |
| புளிகரைசல் | - 50 கிராம் |
| நல்லெண்ணெய் | - 100 மி.லி |
| வினிகர் | - 100 மி.லி |
| உப்பு | - தேவையான அளவு |

நல்ல காளான்களைத் தேர்ந்தெடுத்துக் கழுவிச் சிறு துண்டுகளாக வெட்ட வேண்டும். வாணலியில் எண்ணெய் ஊற்றி வாசனையூட்டும் பொருட்களை ஒன்றன்பின் ஒன்றாகச் சேர்த்து பொன்னிறமாக வறுத்து, காளான்களை அதனுடன் சேர்த்து வறுக்க வேண்டும். ஆற வைத்து பின் சுத்தப்படுத்தப்பட்ட பாட்டிலில் நிரப்பி, எண்ணெய் சேர்த்து மூடி சீல் செய்து வைக்க வேண்டும்.

## காளான் போண்டா பஜ்ஜி

### காளான் போண்டா

**தேவையான பொருட்கள்**

காளான் - 100 கிராம்

கடலை மாவு - ஒரு கப்

வெங்காயம் - 2

பச்சைமிளகாய் - 2

மல்லி இலை - ஒரு கைப்பிடி

தேவையான அளவு உப்பு

கால் டீஸ்பூன்மிளகாய்த்தூள்

பின்ச்சமையல் சோடா

ஒரு கொத்துகறிவேப்பிலை

**செய்முறை**

வெங்காயம், காளான் மற்றும் மல்லி இலை, பச்சை மிளகாய் பொடியாக நறுக்கவும். பாத்திரத்தில் வெங்காயம், பச்சை மிளகாய், கறிவேப்பிலை, மல்லி இலை மிளகாய் தூள், உப்பு இவைகளை கையால் நன்கு பிசையவும். இதனுடன் கடலைமாவு பொடியாக நறுக்கிய காளான், சமையல் சோடா உப்பு இவைகளை சேர்த்து கலக்கவும். சிறிது தண்ணீர் விட்டு நன்றாக கலந்து சூடான எண்ணெயில் போண்டா போல் பொரித்து எடுக்கவும்.

**காளான் போன்டா பஜ்ஜி**

**காளான் கறி தேவையான பொருட்கள்**

| | | |
|---|---|---|
| காளான் | - | 200 கிராம் |
| வெங்காயம் | - | 2 |
| பூண்டுப்பல் | - | சிறு துண்டு |
| தக்காளி | - | 2 |
| மஞ்சள் தூள் | - | 1/2 தேக்கரண்டி |
| சீரகம் | - | 1/2 தேக்கரண்டி |
| பால் தயிர் | - | 1 கோப்பை |
| நெய் | - | 1 தேக்கரண்டி |
| மிளகாய் | - | தேவைக்கேற்ப |
| உப்பு | - | தேவைக்கேற்ப |

**செய்முறை:**

காளான் மற்றும் தக்காளி இவைகளைக் கழுவிச் சுத்தம் செய்யவும். காளான், தக்காளி, வெங்காயம் இவைகளை நறுக்கிக் கொள்ளவும். பூண்டு இஞ்சி இவைகளை அரைத்துக் கொள்ளவும்.

நெய்யை சட்டியிலிட்டுச் சூடாக்கவும். சீரகம், பூண்டு, இஞ்சி வெங்காயம் இவைகளையிட்டு பொன்நிற வறுவலாக வறுத்துக் கொள்ளவும். தேவையான அளவு மிளகாய், உப்பு சேர்க்கவும். நன்றாகக் கிளறி விட்டுத் தக்காளி சேர்த்து வதக்கவும். பால் அல்லது தயிர் சேர்த்து நறுக்கிய காளான் துண்டுகளை இட்டு கொதிக்க விடவும். தேவைக்கேற்ப தண்ணீர் விட்டுக் கொள்ளவும்.

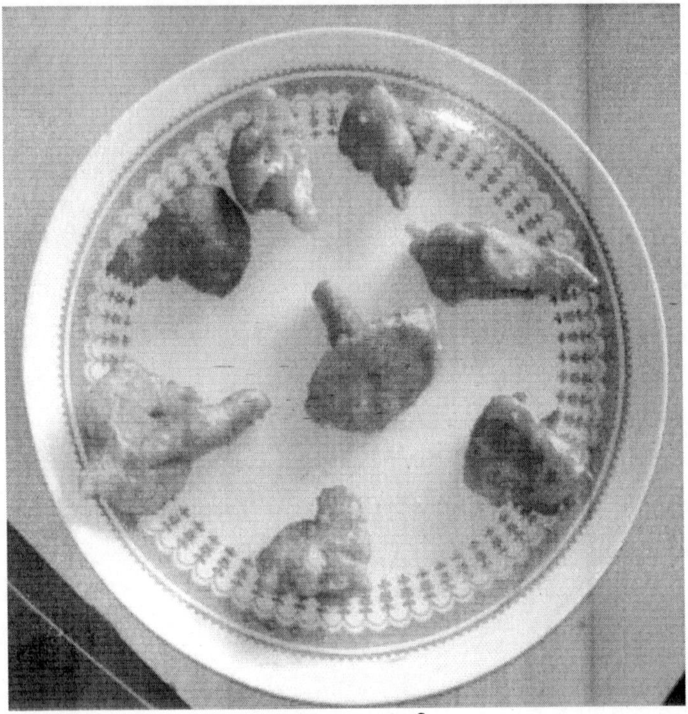

**காளான் பஜ்ஜி**

# 16. தென்னை நார்க்கழிவு உரம் தயாரித்தல் (Coir waste manure)

தமிழகத்தில் தென்னை ஏறத்தாழ 1.5 இலட்சம் எக்டரில் பயிரிடப்படுகிறது. ஒரு எக்டரிலிருந்து ஏறத்தாழ 10,000 தேங்காய்கள் கிடைக்கின்றன. எனவே தமிழகத்திலிருந்து 150 கோடி தேங்காய்கள் ஆண்டுதோறும் கிடைக்கின்றன. இவற்றில் கணிசமான பகுதி, தேங்காய்களிருந்து எடுத்த மட்டைகள் தென்னை நார் உற்பத்தி செய்யத் தேவைப்படுகின்றன. நார் எடுக்கும் பொழுது, நார்க்கழிவும் (Coir waste) வெளிப்படுகின்றது. தமிழகத்தில் மட்டும் ஆண்டுக்கு 1.5 லட்சம் டன் கழிவுகள் வெளிப்படுகின்றன. இக்கழிவுகள், தொழிற் சாலைகளிலும், பிற இடங்களிலும் தேங்கிக் கிடக்கின்றன. சுற்றுபுறச் சூழலுக்கும் கேடு விளைவிக்கின்றன.

**தென்னை நாற்கழிவு உரம்**

தென்னை நார்க்கழிவின் கார அமிலநிலை (pH) 5-6 ஆகும். இதில் லிக்னின் எனப்படும் மெதுவாக மக்கக்கூடிய பொருள் 25 விழுக்காடுவரை உள்ளது. ஆகவே அதுமண்ணில் நிலைத்திருந்து மண்ணின் கரிமப்பொருளை (Carbon) அதிகரிக்கும். தென்னை

நார்க்கழிவில் கார்பன் - தழைச்சத்து விகிதம் 112:1 என்ற அளவில் உள்ளது. எனவே தென்னை நார்க்கழிவை அப்படியே நிலத்திற்கு இட்டால் பயிர் வளர்ச்சி குறையும். மக்கவைத்த பின்பு நிலத்திற்கு இடுவதால், களர் உவர் தன்மை மாறுபடவும், மண்வளம் பெற்றுப்பயிர் வளம் பெருகவும் வாய்ப்புண்டு.

தமிழ்நாடு வேளாண்மைப் பல்கலைக் கழகத்தில் *பிளிரோட்டஸ் சஜோர்க்கா, பிளிரோட்டஸ் சிட்ரினோபைலியேட்டஸ், பிளிரேட்டஸ் பிளேட்டிபஸ்* ஆகிய காளான் பூசணங்களைப் பயன்படுத்தி நார்கழிவினை மக்கவைத்து உரமாக்கும் நுணுக்கங்கள் கண்டறியப்பட்டுள்ளன. ஒரு டன் நார்க்கழிவை உரமாக்குவதற்கு 5 வித்துப்புட்டிகளும், 5 கிலோ யூரியாவும் தேவைப்படும்.

நார்க்கழிவு 100 கிலோவை 4 மீட்டர் நீளத்திற்கும் 3 மீட்டர் அகலத்திற்கும் நிழலில் பரப்பிவிட வேண்டும். உயரம் ஏறத்தாழ 3-4 சென்டிமீட்டர் இருக்கும். ஒரு வித்துப் புட்டியிலுள்ள காளான் வித்தினை நார்கழிவின் மேற்பரப்பில் தூவிவட வேண்டும். அதன்மேல் 100கிலோ நார்க்கழிவைப் பரப்பிவிட்டு, ஒரு கிலோ யூரியாவைத் தூவிவிட வேண்டும். இது முதல் அடுக்காகும்.

முதல் அடுக்கின் மேல் மீண்டும் 100 கிலோ நார்க்கழிவைப் பரப்பிவிடவேண்டும். அதன் மேல் மற்றொரு வித்துப்புட்டியிலுள்ள காளான் வித்தினைத் தூவி, நார்க்கழிவு 100 கிலோவைப் பரப்பியபின் யூரியா ஒரு கிலோவைத் தூவ வேண்டும். இது இரண்டாவது அடுக்காகும். இவ்வாறு மூன்றாவது, நான்காவது, ஐந்தாவது அடுக்குகளை அமைக்க வேண்டும். அதன் மேல் பாலித்தீன் தாளினைப் பரப்பி மூடி வைக்க வேண்டும்.

தொழிற்சாலைகளில் குவித்து வைத்திருக்கும் நார்கழிவுக் குவியல்களில் பொதுவாக 400 முதல் 500 சதவிகிதம் வரை ஈரம் இருக்கும். ஆனால் காய்ந்து ஈரப்பதம் 200 சதவிகிதத்திற்குக் குறைந்திருந்தால் தண்ணீர் தெளித்துக் கொள்ள வேண்டும். குவியல் மக்குவதற்கு 30 நாட்கள் ஆகலாம். ஈரம் குறைந்தால் குவியலின் மேல் தண்ணீர் தெளித்து வர வேண்டும். முப்பது நாட்களில் நார்க்கழிவு நன்கு மக்கி கருநிறமடைகிறது. மக்கியவுடன் கார்பன் தழைச்சத்து விகிதம் (C:Nratio) 24:1 என்ற அளவிலும் தழைச்சத்து 1.06 சதவிகிதத்திலும் இருக்கின்றன. அத்துடன் பொட்டாசியம், நுண்ணூட்டங்கள் ஆகியவை கூடுதலாக இருக்கின்றன.

நார்க்கழிவு உரத்தை தொழு உரம், நகரக்கழிவுக் கம்போஸ்ட் ஆகியவற்றுக்குச் சமமாகக் கருதலாம். நார்கழிவு உரத்தைப் பயிரிடும் நிலங்களுக்குப் பயன்படுத்தலாம். மக்கிய நார்கழிவு கம்போஸ்ட்டில் லிக்னின் அளவு 30 சதவிகிதத்திலிருந்து 4-8 சதவிதமாகக் குறைகிறது. அத்துடன் மண்வளம் பெருகுதல், ஈரத்தன்மையைப் பாதுகாத்தல், நிலத்தில் உள்ள ஊட்டச்சத்துக்கள் பயிருக்குக் கூடுதலாகக் கிடைத்தல் போன்ற விளைவுகள் ஏற்படுகின்றன.

**குறிப்பு**

1. மக்க வைக்கும் இடம் தாழ்வான பகுதியாக இருக்கக் கூடாது.
2. மக்க வைக்கும் இடத்தில் நிழல் இருக்க வேண்டும்.
3. நார்க் கழிவை அடுக்கும்போது போதுமான ஈரம் இல்லாவிடில் தண்ணீர் தெளித்து அடுக்க வேண்டும்.
4. மக்கும் காலமான 30 நாட்களிலும் நார்க்கழிவில் சுமார் 200% ஈரம் இருக்க வேண்டும்.
5. ஒரு டன் நார்க்கழிவை மக்க வைக்க ‘புளூரோட்டஸ்’ சிப்பிக்காளான் விதைப்புட்டிகள் 5 உபயோகிக்க வேண்டும்.
6. நார்க்கழிவை மக்க வைக்கும் போது கழிவு, காளான் வித்து, யூரியா ஆகிய எல்லாவற்றையும் ஒன்று சேர்த்து கலக்கக் கூடாது.